വർഗ്ഗീയത
ചരിത്രവും വർത്തമാനവും

**vargeeyatha
charithravum varthamanavum**

•

venugopalan k a

•

first edition
june 2014

•

typesetting & published
chintha publishers, thiruvananthapuram

•

•

cover
vinod

•

വിതരണം

ദേശാഭിമാനി ബുക്ക് ഹൗസ്

H O തിരുവനന്തപുരം–695 035
phone: 0471-2303026, 6063026
www.chinthapublishers.com
chinthapublishers@gmail.com

ബ്രാഞ്ചുകൾ

ഹെഡ്ഡാഫീസ് ബ്രാഞ്ച് കുന്നുകുഴി • സ്റ്റാച്യു തിരുവനന്തപുരം • കെ എസ്
ആർ ടി സി ബസ് സ്റ്റേഷൻ ആലപ്പുഴ • കെ എസ് ആർ ടി സി ബസ്
സ്റ്റേഷൻ എറണാകുളം • മച്ചിങ്ങൽ ലെയ്ൻ തൃശൂർ • ഐ ജി റോഡ് കോഴി
ക്കോട് • മാവൂർ റോഡ് കോഴിക്കോട് • എൻ ജി ഒ യൂണിയൻ ബിൽഡിങ്
കണ്ണൂർ • സെൻട്രൽ ബസ് ടെർമിനൽ കോംപ്ലക്സ് താവക്കര കണ്ണൂർ

CO - 2082 / 3495

വർഗ്ഗീയത
ചരിത്രവും വർത്തമാനവും

വേണുഗോപാലൻ കെ എ

ചിന്ത പബ്ലിഷേഴ്സ്
തിരുവനന്തപുരം-695 035

വേണുഗോപാലൻ കെ എ

ആയിരത്തിത്തൊള്ളായിരത്തി അൻപത്തി ഏഴിൽ ജനനം. അച്ഛൻ: അശോകൻ, അമ്മ: തങ്കം.

നാട്ടിക ശ്രീനാരായണ കോളേജിൽനിന്ന് ബിരുദവും ഗവൺമെന്റ് ലോകോളേജിൽനിന്ന് നിയമ ബിരുദവും നേടി.

ഡി വൈ എഫ് ഐ സംസ്ഥാനക്കമ്മിറ്റി അംഗമായും സി പി ഐ (എം) നാട്ടിക ഏരിയാക്കമ്മിറ്റി അംഗമായും പ്രവർത്തിച്ചു. ഇപ്പോൾ ചിന്ത വാരികയിൽ.

കൃതികൾ: *പാർലമെന്ററി പ്രവർത്തനവും കമ്യൂണിസ്റ്റു കാരും, നക്സലിസത്തിന്റെ മുഖംമൂടി മാറ്റിയാൽ, ഇടതു വലതു വ്യതിയാനങ്ങൾക്കെതിരെ, ജാതിവ്യവസ്ഥയും ജാതിരാഷ്ട്രീയവും.*

ഭാര്യ : ഓമന
മകൾ : നിലിയ

ഉള്ളടക്കം

പ്രസാധകക്കുറിപ്പ്

ഇന്ത്യയുടെ മതേതരത്വം നാൾക്കുനാൾ പ്രതിസന്ധി നേരി
ടുകയാണ്. മതേതരത്വം എന്താണെന്നതിനെപ്പറ്റി പലതരം
വ്യാഖ്യാനങ്ങൾ നിലവിലുണ്ട്. വർഗ്ഗീയവാദികൾക്കുപോലും
തങ്ങളുടെ ബ്രാന്റിൽ മതേതരത്വമുണ്ട്. വർഗ്ഗീയത ശക്തി
പ്രാപിക്കുമ്പോൾ അതിലും വർദ്ധിതമായ തോതിൽ മതേ
തരത്വത്തിന് ക്ഷയം സംഭവിക്കും. ഒരു പുരോഗമന ജനാ
ധിപത്യ മതേതരവാദിയെ സംബന്ധിച്ച് മതേതരത്വവും
വർഗ്ഗീയതയും ശരിയായ അർത്ഥത്തിൽ തന്നെ മനസ്സിലാ
ക്കേണ്ടതുണ്ട്. ചരിത്രപരമായി ഇന്ത്യയിൽ വർഗ്ഗീയത വേരു
റപ്പിച്ചതെങ്ങനെയെന്നു പരിശോധിക്കുകയും അതിന്റെ
ഫ്യൂഡൽ-കൊളോണിയൽ – മുതലാളിത്തവേരുകൾ തുറ
ന്നുകാട്ടുകയും ചെയ്യുന്ന ലഘുഗ്രന്ഥമാണിത്. വിവിധതരം
വർഗ്ഗീയതകളെ അതിന്റെ ശരിയായ രൂപത്തിൽ ഈ
പുസ്തകം തുറന്നുകാട്ടുന്നുണ്ട്. ആഗോളവല്ക്കരണ കാലം
എങ്ങനെ വർഗ്ഗീയശക്തികളെ പുഷ്ടിപ്പെടുത്തി എന്ന
കാര്യവും ഇവിടെ പരിശോധിക്കുന്നുണ്ട്.

ചിന്ത പബ്ലിഷേഴ്സ്

അവതാരിക
പിണറായി വിജയൻ

നമ്മുടെ രാജ്യത്ത് വർഗ്ഗീയ-ഫാസിസ്റ്റ് ശക്തികൾ അധികാരമുറ പ്പിക്കുന്നതിന് പരിശ്രമിച്ചുകൊണ്ടിരിക്കുന്ന കാലഘട്ടമാണിത്. ഈ സാഹ ചര്യത്തിൽ ഇന്ത്യയിലെ വർഗ്ഗീയതയുടെ ചരിത്രത്തെയും വർത്ത മാനത്തെയും കുറിച്ച് മനസ്സിലാക്കുക എന്നത് പ്രധാനമാണ്. ഇതിലേക്ക് വെളിച്ചം വീശുന്നതാണ് കെ എ വേണുഗോപാലൻ എഴുതിയ *വർഗ്ഗീ യത: ചരിത്രവും വർത്തമാനവും* എന്ന ഈ പുസ്തകം.

ഇന്ത്യൻ ഭരണവർഗ്ഗം വർഗ്ഗീയ ഫാസിസ്റ്റ് ശക്തികളെ പിന്തുണ യ്ക്കുന്ന നില എന്തുകൊണ്ട് ഉണ്ടായി എന്ന പരിശോധന നടത്തിക്കൊ ണ്ടാണ് പുസ്തകം തുടങ്ങുന്നത്. ഇന്ത്യയിലെ മുതലാളിത്ത വളർച്ചയുടെ ഭാഗമായി വളർന്നുവന്ന നവോത്ഥാന പ്രസ്ഥാനത്തിൽ ഹിന്ദു പുനരു ജ്ജീവനത്തിന്റെ അംശങ്ങൾ പ്രകടമായിരുന്നു. ഇതിന്റെ തുടർച്ചയായി വളർന്നുവന്ന കോൺഗ്രസിൽ ഈ സ്വാധീനം ദൃശ്യമായി. അക്കാലത്തെ സംഭവങ്ങൾ ചൂണ്ടിക്കാണിച്ചുകൊണ്ട് ലേഖകൻ ഇത് വ്യക്തമാക്കു ന്നുണ്ട്. കോൺഗ്രസിനകത്ത് രൂപപ്പെട്ട ഈ നിലപാട് രാജ്യം ഒരു ഹിന്ദു രാഷ്ട്രമാകുമോ എന്ന തോന്നൽ മറ്റു ജനവിഭാഗങ്ങളിൽ ഉണ്ടാക്കി. അതിന്റെ ഫലമായിട്ടാണ് അഖിലേന്ത്യാ മുസ്ലീംലീഗ് രൂപീകരിക്കപ്പെട്ടത് എന്നും ലേഖകൻ വ്യക്തമാക്കുന്നു.

സ്വാതന്ത്ര്യാനന്തരം അധികാരമേറ്റെടുത്ത കോൺഗ്രസ് ഭൂപ്രഭുത്വ വുമായി സന്ധി ചെയ്ത് രാഷ്ട്രീയ അധികാരം നിലനിർത്തുകയാണ് ചെയ്തത്. ഇത് ജാതി-മത ചിന്തകളും അവയുടെ രൂപാന്തരമായ ജാതി വർഗ്ഗീയ രാഷ്ട്രീയവും നിലനില്ക്കുന്നതിനും വളരുന്നതിനുമുള്ള ഭൗതിക പശ്ചാത്തലം ഉണ്ടാക്കി. ഇന്ത്യയിൽ വളർന്നുവന്ന വർഗ്ഗീയ രാഷ്ട്രീയത്തിന്റെ അടിസ്ഥാനം ഇതാണെന്ന് സി പി ഐ (എം) ന്റെ *പാർട്ടി പരിപാടി* കൂടി ഉദ്ധരിച്ചുകൊണ്ട് ലേഖകൻ രേഖപ്പെടുത്തുന്നു.

ഇന്ത്യാരാജ്യത്ത് കോർപ്പറേറ്റുകളുടെ താല്പര്യം സംരക്ഷിക്കുന്ന തിന് ഉതകുന്ന നയസമീപനമാണ് നരേന്ദ്രമോദി ഉൾപ്പെടെയുള്ള ബി ജെ പി നേതാക്കൾ സ്വീകരിച്ചത്. അതിനാൽ, അത്തരം ശക്തികൾക്ക് തങ്ങളുടെ താല്പര്യം സംരക്ഷിക്കുന്നതിന് ബി ജെ പിയുടെ ഭരണവും സഹായകമാണെന്ന് വ്യക്തമാവുകയുണ്ടായി. ഗുജറാത്തിൽ കോർപ്പറേ റ്റുകൾക്കായുള്ള വികസന നയങ്ങൾ മുന്നോട്ടുവച്ച നരേന്ദ്രമോദിയെ പ്രധാ നമന്ത്രിയാക്കി ഉയർത്തുന്നതിനു പിന്നിലുള്ള കുത്തക മുതലാളിത്ത ത്തിന്റെ താല്പര്യം ഈ പുസ്തകത്തിൽ തുറന്നുകാട്ടപ്പെടുന്നു.

ഇന്ത്യയിലെ നവോത്ഥാന പ്രസ്ഥാനത്തിൽ പുനരുജ്ജീവനത്തിന്റെ അംശങ്ങൾ നിലനിന്നിരുന്നു. അതിനാൽ തന്നെ, സാമൂഹ്യ അന്തരീക്ഷ ത്തിൽ ഇത്തരം ആശയങ്ങൾക്ക് സ്വാധീനമുണ്ടായിരുന്നു. ഇസ്ലാമിക നവോത്ഥാനത്തിന്റെ വളർച്ചയും ഇതിൽ സൂചിപ്പിക്കുന്നുണ്ട്. ജനാധി പത്യം വന്നാൽ ഭൂരിപക്ഷം വരുന്ന ഹിന്ദുക്കൾക്കായിരിക്കും നേട്ടമെന്നും ന്യൂനപക്ഷമായ മുസ്ലീങ്ങൾക്ക് ദോഷം ചെയ്യും എന്ന ധാരണ രൂപപ്പെട്ടു വെന്നും ഇത് തകർക്കണമെങ്കിൽ മുസ്ലീങ്ങൾക്ക് പ്രത്യേക പരിഗണന വേണമെന്ന വാദം ഉയർന്നുവരികയുണ്ടായി. അതിനായി മുസ്ലീങ്ങൾ സംഘടിക്കണമെന്ന വാദവും മുന്നോട്ടുവയ്ക്കപ്പെട്ടു. ഇത്തരം ചിന്തകളെ രൂപപ്പെടുത്തി വളർത്തിയെടുക്കുന്നതിൽ ബ്രിട്ടീഷുകാർ വഹിച്ച പങ്ക് വളരെ വലുതാണ്. ഭിന്നിപ്പിച്ചു ഭരിക്കുക എന്ന ബ്രിട്ടീഷുകാരന്റെ തന്ത്രം വർഗ്ഗീയതയെ ശക്തിപ്പെടുത്തുന്നതിനും പ്രോത്സാഹിപ്പിക്കുന്നതിനും പടർന്നു പന്തലിക്കുന്നതിനും സുപ്രധാനമായ കാരണമായിട്ടുണ്ട്. ഇത്ത രത്തിലുള്ള പ്രശ്നങ്ങളിലേക്ക് പുസ്തകം വിരൽ ചൂണ്ടുന്നുണ്ട്.

ഹിന്ദുത്വത്തിന്റെ രാഷ്ട്രീയ അജണ്ട രൂപപ്പെടുന്ന വിവിധ ഘട്ടങ്ങൾ ഈ പുസ്തകത്തിൽ രേഖപ്പെടുത്തപ്പെട്ടിരിക്കുന്നു. ഹിന്ദു വർഗ്ഗീയതയുടെ വികാസത്തെ വ്യക്തമാക്കിയശേഷം അഖിലേന്ത്യാ മുസ്ലീംലീഗിന്റെ രൂപീ കരണവും അതിന് അടിസ്ഥാനമായിത്തീർന്ന സാമൂഹ്യ ചലനങ്ങളെയും പരിചയപ്പെടുത്തുന്നു. ഇന്ത്യയിൽ ഇസ്ലാമിക രാഷ്ട്രം സ്ഥാപിക്കാൻ നില കൊള്ളുന്ന ജമാ അത്തെ ഇസ്ലാമിയുടെ രാഷ്ട്രീയവും തുറന്നുകാട്ടപ്പെ ടുന്നുണ്ട്. സാമ്രാജ്യത്വം ഇസ്ലാമിക തീവ്രവാദത്തെ ഏതൊക്കെ നിലയി ലാണ് ശക്തിപ്പെടുത്തുന്നത് എന്നതും ഇതിന്റെ പരിഗണനാ വിഷയമാ കുന്നു. ഇന്ത്യൻ യൂണിയൻ മുസ്ലീംലീഗിന്റെ രൂപീകരണത്തിന് ഇട യാക്കിയ രാഷ്ട്രീയ ചലനങ്ങളും കേരള രാഷ്ട്രീയത്തിൽ അവ നടത്തിയ ഇടപെടലുകളും അതിലൂടെ രൂപപ്പെട്ട പ്രതികരണവും ഇതിൽ പരാമർശി ക്കപ്പെടുന്നു.

അധികാരത്തിനുവേണ്ടി കോൺഗ്രസ് ഭൂരിപക്ഷ-ന്യൂനപക്ഷ വർഗ്ഗീ യതകളെ പ്രീണിപ്പിക്കുന്ന കാര്യവും പരിശോധനാ വിഷയമാകുന്നുണ്ട്. ജനസംഘത്തിന്റെ പില്ക്കാലരൂപമായ ഭാരതീയ ജനതാ പാർട്ടി രൂപം കൊള്ളുന്നതും അവർ മുന്നോട്ടുവച്ച മുദ്രാവാക്യങ്ങളും ഈ പുസ്തക ത്തിൽ വിശകലനത്തിന് വിധേയമാകുന്നു. ബി ജെ പിയുടെ സാമ്പത്തിക

നിലപാടിന്റെ പൊള്ളത്തരങ്ങൾ തുറന്നുകാണിക്കാനാണ് അടുത്ത ഭാഗ
ങ്ങൾ നീക്കിവച്ചിട്ടുള്ളത്. ഓരോ രംഗത്തും അവർ സ്വീകരിച്ചുവന്ന നയ
ങ്ങളെ വിലയിരുത്തിയശേഷം സാമ്പത്തികരംഗത്തെ നയങ്ങളും പഠന
വിധേയമാകുന്നു.

ഇന്ത്യൻ മതേതരത്വത്തിന്റെ ആണിക്കല്ല് തകർത്ത ബാബറി
മസ്ജിദ് സംഭവത്തിന്റെ രാഷ്ട്രീയ സാഹചര്യങ്ങളും ഇതിൽ പറയുന്നു
ണ്ട്. ആർ എസ് എസിന്റെ പ്രവർത്തനങ്ങൾക്ക് വിവിധ മേഖലകളിൽനിന്ന്
ലഭിക്കുന്ന സഹായങ്ങളും അതിന് സഹായകമായി വർത്തിക്കുന്ന
സംഘടനകളെയും പിന്നീട് വിലയിരുത്തപ്പെടുന്നു. ഗുജറാത്തിലെ വംശ
ഹത്യയും മോദിയുടെ പങ്കും ഗുജറാത്തിന്റെ വികാസ മാതൃകയുടെ
പൊള്ളത്തരങ്ങളും തുറന്നുകാട്ടാനും പുസ്തകത്തിൽ ശ്രമിക്കുന്നു. മോദി
ശിവഗിരിയിൽ നടത്തിയ സന്ദർശനത്തിന്റെ രാഷ്ട്രീയ ഉള്ളടക്കങ്ങളാണ്
അടുത്ത അദ്ധ്യായത്തിൽ ഉള്ളത്. സർദാർ വല്ലഭായി പട്ടേലിന്റെ പ്രതി
മാനിർമ്മാണവുമായി ബന്ധപ്പെട്ടുള്ള മോദിയുടെ നീക്കങ്ങൾ എന്തിനു
വേണ്ടിയായിരുന്നു എന്ന കാര്യവും ഇതിൽ തുറന്നുകാട്ടുന്നു.

വർഗ്ഗീയ കലാപങ്ങൾ അഴിച്ചുവിട്ട് രാഷ്ട്രീയ ലാഭം കൊയ്യുന്ന
സംഘപരിവാറിന്റെ അജണ്ടകളുടെ നിജസ്ഥിതിയും പഠനവിധേയമാ
കുന്നു. ദേശീയതയുടെ രൂപീകരണം മതവുമായി ബന്ധപ്പെട്ട ഒന്ന
ല്ലെന്നും അത് ചരിത്രപരമായ പരിണാമ പ്രക്രിയയിലൂടെയാണ് രൂപീക
രിക്കപ്പെടുന്നതെന്നും 'മതവും ദേശീയത'യുമെന്ന അദ്ധ്യായത്തിൽ വിവ
രിക്കുന്നു.

മുതലാളിത്ത വളർച്ചയുടെ ഭാഗമായി നടന്ന ജനാധിപത്യ വിപ്ലവ
ത്തിന്റെ സംഭാവനയാണ് മതനിരപേക്ഷത. ഇന്ത്യൻ സാഹചര്യത്തിൽ
അതിന്റെ സവിശേഷതകളെന്തെന്നും പരാമർശവിധേയമാക്കുന്നുണ്ട്.
മതത്തെ സംബന്ധിച്ചുള്ള മാർക്സിസ്റ്റ് നിലപാടുകൾ മാർക്സിന്റെ പ്രസി
ദ്ധമായ വാക്യങ്ങൾ ഉദ്ധരിച്ചുകൊണ്ട് അവതരിപ്പിക്കുന്നു. ഇന്ത്യയിലെ
വർത്തമാന സാഹചര്യത്തിൽ രാജ്യം നേരിടുന്ന വർഗ്ഗീയത പോലുള്ള
ആപൽക്കരമായ കാഴ്ചപ്പാടുകളെ പ്രതിരോധിക്കുന്നതിന് യോജിച്ച സമ
രങ്ങൾ ഉയർന്നുവരേണ്ടതിന്റെ പ്രാധാന്യം വ്യക്തമാക്കിക്കൊണ്ടാണ്
പുസ്തകം അവസാനിപ്പിക്കുന്നത്.

രാജ്യം നേരിടുന്ന വർഗ്ഗീയതയുടെ പ്രശ്നങ്ങളെ മനസ്സിലാക്കുന്ന
തിനും അതിന്റെ പിന്നിലുള്ള രാഷ്ട്രീയ-സാമൂഹ്യ ചലനങ്ങളെ പരിച
യപ്പെടുന്നതിനും ഉതകുന്നതാണ് ഈ പുസ്തകം. അതുകൊണ്ടുതന്നെ,
വർത്തമാനകാലത്തെ രാഷ്ട്രീയത്തെക്കുറിച്ച് ദിശാബോധം പകരുന്നതിന്
ഈ പുസ്തകം സഹായകമാണ്.

പിണറായി വിജയൻ

എ കെ ജി സെന്റർ
30.01.2014

1

ഇന്ത്യൻ ഭരണവർഗ്ഗം

"**മു**തലാളിത്തവികസനപാത പിന്തുടരുന്നതിനായി വിദേശ ഫിനാൻസ് മൂലധനവുമായി കൂടുതൽ കൂടുതൽ സഹകരിക്കുന്നതും വൻകിട ബൂർഷ്വാസിയാൽ നയിക്കപ്പെടുന്നതുമായ ബൂർഷ്വാ– ഭൂപ്രഭു വർഗ്ഗ ഭരണത്തിന്റെ ഉപകരണമാണ് ഇന്നത്തെ ഇന്ത്യൻ ഭരണകൂടം" എന്നാണ് സി പി ഐ (എം) പരിപാടി ഇന്ത്യയിലെ ഭരണകൂടത്തിന്റെ വർഗ്ഗസ്വഭാവത്തെ വിലയിരുത്തിയിരിക്കുന്നത്. ഒരു വലിയ ആശയപ്രപ ഞ്ചത്തെയാകെ ഒരു ചിമിഴിലൊതുക്കുന്നതുപോലുള്ള അത്ഭുതമാണ് ആ വാചകത്തിലൂടെ സാധിച്ചിരിക്കുന്നത്. ലോകത്തിലെ വൻകിട മുതലാളി ത്തരാജ്യങ്ങളിലേതുപോലെ ഭൂപ്രഭുത്വത്തെ ഇല്ലായ്മ ചെയ്യാൻ ഇന്ത്യൻ ബൂർഷ്വാസി തയ്യാറായിട്ടില്ല; അവൻ ഭൂപ്രഭുത്വവുമായി സന്ധി ചെയ്തി രിക്കുകയാണ്; അതിനാൽത്തന്നെ ഇന്ത്യൻ ഭരണ വർഗ്ഗത്തിനൊരു സമ്മി ശ്രസ്വഭാവമുണ്ട്; അതിന്റെ പോരായ്മകളുണ്ട്; അത് നികത്താനായി സാമ്രാജ്യത്വവുമായി സഹകരിക്കുന്ന സ്വഭാവമുണ്ട്; അതിന്റെ സങ്കീർണ്ണ തകളുണ്ട്; തുടങ്ങി മണിക്കൂറുകളോളമോ ദിവസങ്ങൾ തന്നെയോ വിശ ദീകരിക്കാവുന്ന ഒട്ടേറെ കാര്യങ്ങൾ ഈ കൊച്ചു വാചകത്തിലൊതുങ്ങി ക്കിടക്കുന്നുണ്ട്.

ഇങ്ങനെ സങ്കീർണ്ണവും സവിശേഷവുമായ സ്വഭാവവിശേഷമുള്ള ഇന്ത്യൻ ഭരണവർഗ്ഗത്തിന്റെ നേതൃത്വശക്തിയായ വൻകിട ബൂർഷ്വാ സിക്ക് തീവ്രഹിന്ദുത്വവാദിയായ നരേന്ദ്രമോദി പ്രിയങ്കരനായ പ്രധാനമ ന്ത്രിസ്ഥാനാർത്ഥിയായി മാറിയിരിക്കുന്നു. സ്വാതന്ത്ര്യസമരകാലത്തും അതിനുശേഷവുമൊക്കെ മതനിരപേക്ഷതയ്ക്കുവേണ്ടി നിലകൊണ്ട ഇന്ത്യൻ ഭരണവർഗ്ഗം ഈയൊരു പതനത്തിലേക്കെത്തിച്ചേർന്നതെങ്ങനെ എന്നറിയണമെങ്കിൽ അവരുടെ ചരിത്രം പരിശോധിക്കേണ്ടതുണ്ട്.

ബ്രിട്ടീഷുകാരുടെ വരവിനുമുമ്പുതന്നെ ഇന്ത്യയിൽ മുതലാളിത്തം

വളരാനാരംഭിച്ചിരുന്നു. എന്നാൽ അത് ശക്തിപ്പെട്ടത് ബ്രിട്ടീഷുകാരുടെ വരവിന് ശേഷമാണ്. 1857 ലെ ഒന്നാം സ്വാതന്ത്ര്യസമരത്തിൽ നേതൃത്വം കൊടുത്തത് അധികാരം നഷ്ടപ്പെട്ട ഇന്ത്യയിലെ നാടുവാഴിത്തമായി രുന്നു. അത് ക്രൂരമായി അടിച്ചമർത്തപ്പെട്ടു. പക്ഷേ, ആ സമരത്തിൽ ഹിന്ദു-മുസ്ലീം ഐക്യം പ്രകടമായിരുന്നു. ഇതിനെ തുടർന്നാണ് കോളനി മേധാവികൾ ഒരുവശത്ത് ഭീഷണിപ്പെടുത്തിയും മറുവശത്ത് പ്രീണിപ്പിച്ചും നാടുവാഴികളെയും ഭൂപ്രഭുക്കളെയും കൂടെനിർത്താൻ ആരംഭിച്ചത്. സ്വാതന്ത്ര്യസമരപ്രസ്ഥാനമായി വളർന്നുവന്ന കോൺഗ്രസ് ആവട്ടെ നാടു വാഴിത്തത്തെയും ഭൂപ്രഭുത്വത്തെയും ആക്രമിക്കാതെ കോളനിമേധാവി കളുടെ പാതതന്നെ പിന്തുടർന്നു.

ഇന്ത്യയിൽ മുതലാളിത്ത വളർച്ചയുടെ ഭാഗമായി വളർന്നുവന്ന ന വോത്ഥാന പ്രസ്ഥാനത്തിൽ ഹിന്ദുപുനരുജ്ജീവനത്തിന്റെ പ്രകടമായ അംശങ്ങളുണ്ടായിരുന്നു. തുടർന്നുവന്ന കോൺഗ്രസിലും ഇതിന്റെ സ്വാധീനമുണ്ടായി. സ്വാതന്ത്ര്യസമരത്തിൽ പങ്കെടുക്കേണ്ട ഭൂരിപക്ഷജ നത ഹിന്ദുക്കളായതിനാൽ അവരെ ഉണർത്തുന്നതിനുവേണ്ടി കാളീപൂജ പോലുള്ള ഹിന്ദുത്വാചാരങ്ങൾ ആദ്യകാല കോൺഗ്രസ് നേതാക്കൾ ഉപ യോഗപ്പെടുത്തിയിരുന്നു. സ്വാതന്ത്ര്യാനന്തര ഇന്ത്യ ഒരു ഹിന്ദു ഇന്ത്യ യായി മാറിപ്പോകുമോ എന്ന സംശയം മറ്റുള്ളവരിൽ ജനിപ്പിക്കുന്നതിന് ഇതിടയാക്കി. അതാണ് വേറിട്ടൊരു ഇസ്ലാമിക പ്രസ്ഥാനത്തിന്റെ, അഖി ലേന്ത്യ മുസ്ലീംലീഗിന്റെ, രൂപീകരണത്തിലേക്ക് നയിച്ചത്. മറുഭാഗത്ത് ഹിന്ദുരാഷ്ട്രവാദമുന്നയിക്കുന്ന രാഷ്ട്രീയ സ്വയം സേവക് സംഘവും രൂപീകൃതമായി. അപ്പോഴേക്കും പ്രായപൂർത്തിയായ ഇന്ത്യൻ ബൂർഷ്വാസി ഏറക്കുറെ മതനിരപേക്ഷ നിലപാടിലേക്കെത്തിച്ചേർന്നു. ഇടതുപക്ഷ കോൺഗ്രസും നെഹ്രുവുമൊക്കെ അതിന്റെ പ്രതീകങ്ങളായിരുന്നു. കമ്മ്യൂ ണിസ്റ്റ്-സോഷ്യലിസ്റ്റ് പ്രസ്ഥാനങ്ങളുടെ സ്വാധീനവും കോൺഗ്രസിനെ മതനിരപേക്ഷതയിലൂന്നി നില്ക്കുന്നതിന് നിർബ്ബന്ധിതമാക്കി.

എന്നാൽ സ്വാതന്ത്ര്യപ്രാപ്തിയോടെ ഉണ്ടായ ഇന്ത്യവിഭജനവും തുടർന്നുണ്ടായ ഗാന്ധിവധവുമൊക്കെ ലീഗ് വിരുദ്ധതയിലേറെ ഇസ്ലാ മിക വിരുദ്ധതയിലേക്കാണ് കാര്യങ്ങളെക്കൊണ്ടെത്തിച്ചത്. സ്വാതന്ത്ര്യാ നന്തരം അധികാരമേറ്റെടുത്ത കോൺഗ്രസ് ഭൂപ്രഭുത്വത്തെ ഇല്ലാതാക്കാ നല്ല മറിച്ച് അവരുമായി സന്ധിചെയ്ത് തങ്ങളുടെ രാഷ്ട്രീയാധികാരം നിലനിർത്തുന്നതിനാണ് ശ്രമിച്ചത്. ഇതിനർത്ഥം കോൺഗ്രസ് ഭരണകാ ലത്ത് ഇന്ത്യൻ ഭൂപ്രഭുത്വത്തിന് യാതൊരു മാറ്റവും സംഭവിച്ചിട്ടില്ല എന്നല്ല. നാടുവാഴിത്ത ഭൂപ്രഭുത്വം ഇല്ലാതാവുകയും മുതലാളിത്ത ഭൂപ്രഭുത്വം വളർന്നുവരികയും ചെയ്തിട്ടുണ്ട്. എന്നാൽ മുതലാളിത്തപൂർവ്വ കാല ഘട്ടത്തിലെ ആശയ പ്രപഞ്ചത്തിനെതിരെ സംഘടിതമായ സമരം ഇന്ത്യൻ ബൂർഷ്വാസിയുടെ നേതൃത്വത്തിൽ നടക്കുകയുണ്ടായില്ല. ജാതി -മതചിന്തകളും അവയുടെ രൂപാന്തരമായ ജാതി-വർഗ്ഗീയ രാഷ്ട്രീയവും

നിലനില്ക്കുന്നതിനും വളരുന്നതിനുമുള്ള ഭൗതിക പശ്ചാത്തലം ആണ് അത് ഒരുക്കിക്കൊടുത്തത്.

1957 ൽ കേരളത്തിൽ കമ്യൂണിസ്റ്റ് പാർട്ടി അധികാരത്തിൽ വന്ന തോടെ ഇന്ത്യയിൽ കോൺഗ്രസിന്റെ അധികാരക്കുത്തക തകരാനാരം ഭിച്ചു. ജാതി-മത ശക്തികളുടെ കൂട്ടുപിടിച്ച് കമ്യൂണിസ്റ്റുകാരെ അധികാ രത്തിൽ നിന്നൊഴിവാക്കി നിർത്താനാണ് ഇന്ത്യൻ ഭരണവർഗ്ഗ പാർട്ടി യായ കോൺഗ്രസ് ശ്രമിച്ചത്. കുപ്രസിദ്ധമായ വിമോചനസമരം അതിന്റെ ഉത്തമദൃഷ്ടാന്തമായിരുന്നു. തുടർന്ന് അത് തെരഞ്ഞെടുപ്പു കൂട്ടുകെട്ടായി രൂപം മാറി. ചത്തകുതിരയെന്ന് നെഹ്റു വിശേഷിപ്പിച്ച ലീഗ് കോൺഗ്ര സിന്റെ സഖ്യകക്ഷിയായി. 1977 ലെ തെരഞ്ഞെടുപ്പിൽ അഖിലേന്ത്യ തല ത്തിൽ തന്നെ കോൺഗ്രസിന്റെ അധികാരക്കുത്തക അവസാനിച്ചു. പകരം വന്ന ജനതാ പാർട്ടി ഇന്ത്യൻ ഭരണാധികാരിവർഗ്ഗത്തിന്റെ നയങ്ങൾ തന്നെയാണ് പിന്തുടർന്നത്. പക്ഷേ, ആഭ്യന്തര വൈരുദ്ധ്യങ്ങൾ നിമിത്തം അത് തകർന്നു. ജനതാ പാർട്ടിയിൽ ലയിച്ചു ചേർന്നതും ആർ എസ് എസ് നേതൃത്വം കൊടുക്കുന്നതുമായ ജനസംഘം ബി ജെ പിയെന്ന പേരിൽ പുനർജ്ജനിച്ചു. ജനതാ പാർട്ടിയിലെ പിളർപ്പിനെ തുടർന്ന് അധി കാരം തിരിച്ചുപിടിച്ച കോൺഗ്രസ് കൂടുതൽ സാമ്രാജ്യത്വപ്രീണനത്തി ലേക്കുനീങ്ങി. പുത്തൻ സാമ്പത്തിക നയത്തിന്റെ പേരിൽ അവതരിപ്പി ക്കപ്പെട്ടത് ഈ സാമ്രാജ്യത്വ പ്രീണനനയങ്ങളായിരുന്നു.

ഈ നയങ്ങൾ ജനങ്ങളിലുളവാക്കിയ എതിർപ്പ് വർഗ്ഗീയസംഘർഷ ങ്ങളാക്കി മാറ്റിയെടുക്കാനും അതുവഴി വർഗ്ഗീയതവളർത്താനും ബി ജെ പി പരിശ്രമിച്ചു. ബാബറി മസ്ജിദ് തകർക്കലും ഹിന്ദുരാഷ്ട്രവാദവുമൊക്കെ വരുന്നത് ഇതിന്റെ ഭാഗമായിട്ടാണ്. ആഗോളവല്ക്കരണനയങ്ങൾ വൻകിട ബൂർഷ്വാസിക്കുമാത്രമല്ല പ്രാദേശിക ബൂർഷ്വാസിക്കും വളർന്നുവരുന്ന തിന് സഹായകമായിരുന്നു. പ്രാദേശിക ബൂർഷ്വാ പാർട്ടികൾ കേന്ദ്രവി രുദ്ധസമരങ്ങളിൽ നിന്ന് പിറകോട്ടു പോരുകയും കേന്ദ്രത്തിൽ അധികാ രത്തിൽ പങ്കുപറ്റി നേട്ടമുണ്ടാക്കുകയും ചെയ്യുക എന്ന സ്ഥിതിയിലേക്കു മാറി. ഇന്ത്യൻ ഭരണവർഗ്ഗത്തിന്റെ ഉത്തമപ്രതിനിധിയായി പ്രവർത്തിക്കു ന്നത് കോൺഗ്രസ് മാത്രമായിരുന്നുവെങ്കിൽ ഇപ്പോഴത് ബി ജെ പി കൂടെയായി മാറിത്തീരുന്ന സ്ഥിതിയുണ്ടായി. ഈ രണ്ടു രാഷ്ട്രീയ പാർട്ടി കളേയും മാറി മാറി ആശ്രയിച്ചുകൊണ്ട് തൻകാര്യം നേടിയെടുക്കുക എന്ന അവസ്ഥയിലേക്ക് പ്രാദേശിക ബൂർഷ്വാപാർട്ടികൾ ചെന്നെത്തി. യു പി എ യുടെയും എൻ ഡി എയുടേയും ചരിത്രം പരിശോധിച്ചാൽ ഇക്കാര്യം വ്യക്തമാവും.

ഇതിനിടയിൽ നരേന്ദ്രമോദി ഗുജറാത്ത് മുഖ്യമന്ത്രിയായി. മുസ്ലീ ങ്ങളെ വംശഹത്യക്കിരയാക്കിയാണ് മോദി തന്റെ ഹിന്ദുത്വഅജണ്ട നട പ്പാക്കിയത്. മറുഭാഗത്ത് ഇന്ത്യയിലെ വൻകിട മുതലാളിമാർക്ക് ആയിര ക്കണക്കിന് ഏക്കർ ഭൂമി സൗജന്യ വിലയ്ക്ക് നൽകിക്കൊണ്ടു അവ രുടെ നിക്ഷേപം ഗുജറാത്തിലേക്കാകർഷിക്കാൻ തീവ്രശ്രമം നടത്തി.

സ്വാഭാവികമായും വൻകിടകോർപ്പറേറ്റ് സ്ഥാപനങ്ങളുടെ കണ്ണിലുണ്ണി യായി മാറാൻ മോദിക്കു കഴിഞ്ഞു. കോർപ്പറേറ്റ് വികസന മാതൃകയുടെ കൊടിയടയാളമായി മോദി മാറി. അമേരിക്ക ഗുജറാത്തിന്റെയും മോദി യുടെയും ഗുണഗണങ്ങൾ പാടിപ്പുകഴ്ത്തി. കോർപ്പറേറ്റ് ലോകം ഭാവി പ്രധാനമന്ത്രിയായി മോദിയെ അരിയിട്ടു വാഴ്ച നടത്തി. ബി ജെ പി യുടെ ലോഹപുരുഷനായി വിശേഷിപ്പിക്കപ്പെട്ടിരിക്കുന്ന അദ്വാനി ഉയർത്തിയ എതിർപ്പുകൾ ആർ എസ് എസ് തീരുമാനത്തിന് മുമ്പിൽ ആവിയായിപ്പോയി.

ഇന്ത്യൻ ഭരണവർഗ്ഗം മതനിരപേക്ഷതയിൽ നിന്ന് ഹിന്ദുത്വത്തി ലേക്ക്, ജനാധിപത്യത്തിൽ നിന്ന് ഫാസിസ്റ്റ് ഏകാധിപത്യത്തിലേക്ക്, അടി വെച്ച് മുന്നേറുകയാണ്. സാർവ്വദേശീയവും ദേശീയവുമായ നിരവധി ഘട കങ്ങൾ ഇതിൽ പങ്കുവഹിച്ചിട്ടുണ്ട്. അതിന്റെ ചരിത്രം വിശദമായി പരി ശോധിക്കുവാനാണ് ഈ പുസ്തകത്തിൽ ശ്രമിച്ചിട്ടുള്ളത്.

2

നവോത്ഥാനത്തിലെ പുനരുജ്ജീവനം

ആയിരത്തി എണ്ണൂറ്റി എൺപത്തിയഞ്ചിലാണ് ഇന്ത്യൻ നാഷണൽ കോൺഗ്രസ് രൂപീകരിച്ചത്. അത് ഒരൊറ്റപ്പെട്ട സംഭവമല്ല. ഇന്ത്യയിൽ നടന്ന മുതലാളിത്ത വികസന പ്രക്രിയയുടെ ഫലമായി ഉയർന്നുവന്ന നവോത്ഥാന പ്രസ്ഥാനങ്ങൾ, സാമൂഹ്യപരിഷ്കരണ പ്രസ്ഥാനങ്ങൾ, ഹൈന്ദവപുനരുജ്ജീവന പ്രസ്ഥാനങ്ങൾ തുടങ്ങിയവയുടെയൊക്കെ യുക്തിയുക്തമായ രാഷ്ട്രീയ സന്തതിയായിരുന്നു ഇന്ത്യൻ നാഷണൽ കോൺഗ്രസ്. നവോത്ഥാനവും പുനരുജ്ജീവനവും പരസ്പര വിരുദ്ധങ്ങളായ രണ്ടു പ്രക്രിയകളാണ്. നവോത്ഥാനം കാലോചിതമായ പരിഷ്കാരങ്ങൾ നടപ്പിൽ വരുത്തി സംസ്കാരത്തെയും സാഹിത്യത്തെയും രാഷ്ട്രീയത്തെയും കൂടുതൽ ജനങ്ങളിലേക്കെത്തിക്കുകയും നവീകരിക്കുകയും ചെയ്യുമ്പോൾ പുനരുജ്ജീവനം കാലഹരണപ്പെട്ട പ്രാചീന മൂല്യങ്ങളെ കുഴിച്ചെടുത്ത് ജീവൻ വെപ്പിക്കാൻ ശ്രമിക്കുന്നു. ഇന്ത്യൻ നവോത്ഥാനത്തെ മൊത്തത്തിലെടുത്ത് പരിശോധിച്ചാൽ അതിൽ ഏറിയും കുറഞ്ഞും പുനരുജ്ജീവനത്തിന്റെ അംശങ്ങളും ഉൾക്കൊണ്ടിരുന്നതായി കാണാൻ കഴിയും.

ഹിന്ദുക്കളുടെ ഇടയിൽ നിലനില്ക്കുന്ന ജാതിവ്യവസ്ഥ അടിമുടിമാറണമെന്ന ആഗ്രഹത്തെ അടിസ്ഥാനപ്പെടുത്തിയാണ് ഇന്ത്യയിൽ നവോത്ഥാനപ്രസ്ഥാനങ്ങൾ രൂപംകൊള്ളുന്നത്. ഇന്ത്യയിലെ ആധുനിക നവോത്ഥാനപ്രസ്ഥാനത്തിന്റെ പിതൃസ്ഥാനം ഒരാൾക്ക് കൊടുക്കാമെങ്കിൽ അതിന് അർഹനായിട്ടുള്ളത് രാജാ റാംമോഹൻ റോയ് തന്നെയാണ്. അദ്ദേഹം വെറുമൊരു സാമൂഹ്യപരിഷ്കർത്താവുമാത്രമല്ല, നാനാമുഖമായി ഉയർന്നുവരുന്ന ഇന്ത്യൻ ബൂർഷ്വാ ദേശീയ വികാരത്തിന്റെ ഉത്തമ പ്രതിനിധികൂടെയായിരുന്നു. അദ്ദേഹമാണ് 1830 ൽ ബ്രഹ്മസമാജം സ്ഥാപിച്ചത്. 1900-ാം ആണ്ടിന് മുമ്പുതന്നെ ബ്രഹ്മസമാജത്തിന്റെ ശാഖകൾ ഇന്ത്യ

യിലെ വിവിധ പ്രദേശങ്ങളിൽ സ്ഥാപിക്കപ്പെട്ടിരുന്നു. ആചാരങ്ങളിലും വിശ്വാസങ്ങളിലും സമൂഹഘടനയിലും ഒക്കെ സമഗ്രമായ പരിഷ്കാരം വേണമെന്നാവശ്യപ്പെടുന്ന റാംമോഹന്റെ ആദ്യകൃതി പ്രസിദ്ധീകരിക്കപ്പെ ടുന്നത് പേർഷ്യൻ ഭാഷയിലാണ്. ഏക ദൈവ വിശ്വാസിയും വിഗ്രഹാരാ ധനക്കെതിരുമായിരുന്നു അദ്ദേഹം.

ശൈശവവിവാഹം, സതി, കുടുംബസ്വത്തിൽ സ്ത്രീകൾ അനുഭവി ച്ചുവരുന്ന വിവേചനം എന്നിവയ്ക്കെതിരെ പൗരാണികഗ്രന്ഥങ്ങൾ ഉപ യോഗിച്ചുതന്നെ അദ്ദേഹം പോരാടി. വിദ്യാഭ്യാസത്തിൽ ശാസ്ത്രീയ ചിന്തയ്ക്കും ആധുനിക ഭാഷകൾക്കും മുൻതൂക്കം കൊടുക്കണമെന്ന് ആവ ശ്യപ്പെട്ടു. ആധുനിക ശാസ്ത്രസാങ്കേതിക വിദ്യകൾ മാതൃഭാഷയിൽ പഠി പ്പിക്കണമെന്നും അതിന്റെ ലക്ഷ്യം ആധുനിക ഭാരതപൗരന്മാരെ സൃഷ്ടി ക്കലായിരിക്കണമെന്നും അദ്ദേഹം വാദിച്ചു. എന്തൊക്കെയായിരുന്നെങ്കിലും റാംമോഹന്റെ നവീകരണ പ്രക്രിയയിൽ പുരാതന ഹൈന്ദവ സംസ്കാര ത്തിന്റെ പല അംശങ്ങളും ഉൾക്കൊള്ളിക്കാൻ ശ്രദ്ധിച്ചിരുന്നുവെന്ന് ഇ എം എസ് വ്യക്തമാക്കിയിട്ടുണ്ട്.

എന്നാൽ ഗുജറാത്ത്, മഹാരാഷ്ട്ര, പഞ്ചാബ് എന്നിവിടങ്ങളിൽ പ്രവർത്തിച്ചുവന്നിരുന്ന ആര്യസമാജം തീർത്തുമൊരു ഹൈന്ദവ പുനരു ജ്ജീവന പ്രസ്ഥാനമായിരുന്നു. ഗുജറാത്തിലെ തങ്കാര ഗ്രാമത്തിൽ ജനിച്ച 'മൂലശങ്കരൻ' എന്ന ബാലനാണ് പിൽക്കാലത്ത് ആര്യസമാജത്തിന്റെ സ്ഥാപകനേതാവെന്നനിലയിൽ അഖിലേന്ത്യ പ്രശസ്തി ആർജ്ജിച്ച ദയാ നന്ദസരസ്വതി. ഒരു യാഥാസ്ഥിതിക ബ്രാഹ്മണകുടുംബമായിരുന്നു അദ്ദേ ഹത്തിന്റേത്. വേദപ്രമാണങ്ങളിൽ ഉറച്ചുനിന്നുകൊണ്ട്, താനൊരു ഹിന്ദു വാണെന്ന് ഉറക്കെ പ്രഖ്യാപിച്ചുകൊണ്ടുള്ളതായിരുന്നു അദ്ദേഹത്തിന്റെ പരിവർത്തന ശ്രമങ്ങൾ. വേദാനന്തരകാലത്ത് കടന്നുകൂടിയതാണ് ജാതി വ്യത്യാസവും അയിത്തവും സ്ത്രീപുരുഷവിവേചനവുമെന്നതായിരുന്നു ദയാനന്ദന്റെ നിലപാട്. 'വേദങ്ങളിലേക്ക് മടങ്ങുക' എന്നതായിരുന്നു അദ്ദേ ഹത്തിന്റെ ആഹ്വാനം.

ബ്രഹ്മസമാജത്തെയും ആര്യസമാജത്തെയും അതിന്റെ സജാതീയ വിജാതീയ സവിശേഷതകളെയും കുറിച്ച് ഇവിടെ സൂചിപ്പിച്ചത് രണ്ട് മാതൃ കകളെന്ന നിലയിലാണ്. മതനിരപേക്ഷതയോടടുത്തു നിൽക്കുന്ന ബ്രഹ്മ സമാജവും ഹൈന്ദവ പുനരുജ്ജീവന പ്രസ്ഥാനമായ ആര്യസമാജവും ഇന്ത്യയിൽ നടന്നുവന്ന മുതലാളിത്ത വികസനത്തിന്റെ സന്തതികളായി രുന്നു. ഈ ഹൈന്ദവപുനരുജ്ജീവനപ്രസ്ഥാനത്തിനുതന്നെ സാമ്രാജ്യത്വ വിരുദ്ധതയുടേതായ ഒരു ഉള്ളടക്കവുമുണ്ടായിരുന്നു. 1857–59 ലെ കലാപം അടിച്ചമർത്തപ്പെട്ടതോടെ ഇന്ത്യൻ സമൂഹത്തെയും സംസ്കാരത്തെയും അപേക്ഷിച്ച് ബ്രിട്ടീഷുകാരുടെ ഭരണക്രമത്തിനും സാമൂഹിക സംസ്കാ രിക സംവിധാനങ്ങൾക്കും മേന്മയും ആഴവുമുണ്ടെന്നുള്ള ഒരു അഭിപ്രായം ഇന്ത്യക്കാരിലാകെ വ്യാപിച്ചിരുന്നു. ഇതിനെതിരായി ബ്രിട്ടീഷുകാരുടേതി നേക്കാൾ എത്രയോ ഉയർന്ന ഒരു സംസ്കാരം ഇന്ത്യക്കുണ്ടായിരുന്നു

വെന്നും അതിന്റെ അനന്തരാവകാശികളാണ് ഇന്നത്തെ ഇന്ത്യക്കാർ എന്നും വരുത്തേണ്ടത് ആ കാലഘട്ടത്തിന്റെ ആവശ്യമായിരുന്നു. ഇടക്കാലത്ത് കടന്നുകൂടിയ തെറ്റുകൾ തിരുത്തിയാൽ മഹത്തായ പുരാതന സംസ്കാരത്തെ പുനരുജ്ജീവിപ്പിക്കാനും പാശ്ചാത്യമേൽക്കോയ്മ കളെ പരാജയപ്പെടുത്താനും ഇന്ത്യക്കാർക്ക് കഴിയും എന്ന ആത്മവിശ്വാ സമുണ്ടാക്കുക എന്ന കടമയാണ് അന്നത്തെ ഹൈന്ദവ പുനരുജ്ജീവന പ്രസ്ഥാനങ്ങൾ നിർവ്വഹിച്ചത്. എന്നാൽ ഇതിനൊരു മറുവശം കൂടെയുണ്ട്. പഴയ ഹൈന്ദവ സംസ്കാരത്തിന്റെ പുനരുജ്ജീവനമാണ് ദേശീയ സ്വാത ന്ത്ര്യത്തിന്റെ ഉള്ളടക്കമെന്ന ധാരണ പരത്തുന്നതുവഴി ഹൈന്ദവരായ സാധാരണജനങ്ങളെ സ്വാതന്ത്ര്യസമരത്തിലേക്കാകർഷിക്കാൻ കഴിയും എന്നതുപോലെ അഹിന്ദുക്കളെ വികർഷിക്കുന്നതിനും ഈ നിലപാടിന് കഴിയും എന്നതാണ് മറുവശം.

ഇന്ത്യയിലെ നവോത്ഥാനപ്രസ്ഥാനത്തിലെ പൊതുധാരകൾ മൂന്നെ ണ്ണമായിരുന്നു. സംസ്കാരികനവോത്ഥാനം, സാമൂഹികപരിഷ്കരണം, ഹൈന്ദവ പുനരുജ്ജീവനം എന്നിവയാണവ. കേരളത്തിലെ ഏറ്റവുമുയർന്ന നവോത്ഥാനപ്രസ്ഥാനമായ ശ്രീനാരായണപ്രസ്ഥാനത്തിലടക്കം ഇത് മൂന്നി ന്റെയും അംശങ്ങൾ ഏറിയും കുറഞ്ഞും ഉൾക്കൊണ്ടിരുന്നു. ഈ പ്രവ ണതകൾ നവോത്ഥാനപ്രസ്ഥാനത്തിൽ മാത്രമായി ഒതുങ്ങിനിന്നില്ല. മുത ലാളിത്തവളർച്ചയുടെ ഭാഗമായി രൂപംകൊണ്ട ദേശീയ പ്രസ്ഥാനത്തിലും അതിന് നേതൃത്വം കൊടുത്ത ഇന്ത്യൻ നാഷണൽ കോൺഗ്രസിലും ഈ പ്രവണതകൾ പ്രകടമായി എന്ന് പില്ക്കാല ചരിത്രം തെളിയിക്കുന്നു. ബാല ഗംഗാധരതിലകന്റെയും മറ്റും നേതൃത്വത്തിൽ രൂപംകൊണ്ട തീവ്രവാദ കോൺഗ്രസ് സംഘടന, അതിൽ നിന്നും സ്വതന്ത്രമായി ഇന്ത്യയുടെ നാനാ ഭാഗങ്ങളിൽ രൂപം പ്രാപിച്ച രഹസ്യവിപ്ലവ സംഘടനകൾ എന്നിവയെല്ലാം ഹൈന്ദവ പുനരുജ്ജീവനപ്രസ്ഥാനവുമായി ബന്ധപ്പെട്ടാണ് കിടന്നിരുന്നത്. തിലകൻ സംഘടിപ്പിച്ച ഗണേശോത്സവവും, ബംഗാളിലെ വിപ്ലവകാരി കൾ സംഘടിപ്പിച്ച ദുർഗ്ഗാപൂജയും മറ്റും അന്നത്തെ ബുർഷ്വാ ദേശീയ പ്രസ്ഥാനത്തിന്റെ തണലിൽ വളർന്നുവന്ന ഹൈന്ദവപുനരുജ്ജീവന ത്തിന്റെ സന്തതികളാണ്.

ഇവയ്ക്കുപിന്നിലുള്ള ആശയഗതി 'ഭാരതാംബ'എന്ന സങ്ക ല്പത്തോടെ 'വന്ദേമാതരം'മെന്ന മുദ്രാവാക്യമുയർത്തിയ ബങ്കിംചന്ദ്രച റ്റർജിയുടേതുപോലുള്ള ഹൈന്ദവബുദ്ധിജീവികളുടേതാണ്. ശത്രുസംഹാ രിണിയായ ദേവിയുടെ അനുഗ്രഹാശിസ്സുകളോടെ സ്വാതന്ത്ര്യം നേടാനുള്ള വ്യഗ്രതയാണിതിൽ നിഴലിച്ചുനില്ക്കുന്നത്. ഈ ഹൈന്ദവപുനരുജ്ജീവന വ്യഗ്രതയാണ് ഇന്ത്യൻ ബുർഷ്വാദേശീയതയുടെ കൂടപ്പിറപ്പായ ദൗർബ്ബല്യം.

ദേശീയതയുടെ ഭാഗമായി ഹൈന്ദവ പുനരുജ്ജീവനപ്രസ്ഥാനം അംഗീകരിക്കപ്പെടുമ്പോൾ സ്വാഭാവികമായും അതിനുപകരം ഇസ്ലാമിക പുനരുജ്ജീവനം ഒരു പ്രസ്ഥാനമായിത്തന്നെ രൂപംകൊള്ളും. ഇവ തമ്മിൽ ഏറ്റുമുട്ടുമ്പോൾത്തന്നെ ഹൈന്ദവസമൂഹത്തിലെ മേൽജാതി-കീഴ്ജാതി

വൈകല്യങ്ങൾ ഉയർന്നുവരും. ക്രിസ്ത്യാനികൾ, സിഖുകാർ തുടങ്ങിയ ന്യൂനപക്ഷവിഭാഗങ്ങളും അവരവരുടെ മതപുനരുജ്ജീവനപ്രസ്ഥാനങ്ങൾ രൂപപ്പെടുത്തും. ഇതൊക്കെ നടക്കുന്നത് ബ്രിട്ടീഷ് ആധിപത്യത്തിൻകീഴി ലുള്ള ഇന്ത്യയിലാണെന്നതിനാൽ സ്വന്തം അധികാരം ഊട്ടിയുറപ്പിക്കുന്ന തിനായി ഈ വൈരുദ്ധ്യങ്ങളെ മൂർച്ഛിപ്പിക്കുന്നതിനും ദേശീയ പ്രസ്ഥാന ത്തിനെ ശിഥിലീകരിക്കുന്നതിനും അവർ ശ്രമിക്കും.

3

ഇസ്ലാമിക രാഷ്ട്രീയം

ഇന്ത്യയിലെ നവോത്ഥാനപ്രസ്ഥാനത്തിൽ ഹൈന്ദവ പുനരുജ്ജീ വനത്തിന്റേതായ ഒരു ധാരയുണ്ടായിരുന്നുവെന്നും ഇന്ത്യൻ നാഷണൽ കോൺഗ്രസിലെ തീവ്രവാദികളെന്നോ ഇടതുപക്ഷക്കാരെന്നോ അറിയ പ്പെടുന്ന ആദ്യകാല നേതാക്കളിൽ പോലും പുനരുജ്ജീവനത്തിന്റെതായ അംശങ്ങൾ സ്വാധീനം ചെലുത്തിയിരുന്നുവെന്നും നാം കണ്ടു. ആര്യസ മാജസ്ഥാപകനായ ദയാനന്ദസരസ്വതി മുതൽ ലോകമാന്യ ബാലഗം ഗാധരതിലകൻ വരെയുള്ള ഉദാഹരണങ്ങൾ നമുക്കു മുമ്പിലുണ്ട്. സാധാരണ ജനങ്ങളെ ആകർഷിക്കുകയെന്ന സദുദ്ദേശ്യത്തോടെയാ ണെങ്കിലും ഹൈന്ദവമേധാവിത്വത്തിലുള്ള പുരാതന ഭാരതത്തിന്റെ പുന രുജ്ജീവനമാണ് സ്വാതന്ത്ര്യം കൊണ്ട് നടക്കാനിരിക്കുന്നത് എന്ന ധാ രണ തന്നെയാണ് പൊതുവിൽ വളർന്നുവന്നത്. ഇത് അഹിന്ദു മതവി ഭാഗങ്ങളിലും ഹിന്ദുക്കളിൽത്തന്നെ അവർണ്ണ വിഭാഗങ്ങളിലും നിഷേ ധാത്മക പ്രവണതകൾ വളർന്നു വരുന്നതിനിടയാക്കി. ഈ വിവിധ വിഭാ ഗങ്ങൾ തമ്മിലുള്ള വൈരുദ്ധ്യങ്ങളും വഴക്കുകളും മുതലെടുത്ത് സ്വന്തം നില സംരക്ഷിക്കാനുള്ള ശ്രമങ്ങളാണ് പിന്നീട് ബ്രിട്ടീഷ് ഭരണാധികാ രികളിൽ നിന്നുമുണ്ടായത്.

ഈ സ്ഥിതി മൊത്തത്തിൽ കണക്കിലെടുത്തുകൊണ്ടു വേണം ഇന്ത്യ യിൽ വർഗ്ഗീയത വളർന്നുവന്നതെങ്ങനെ എന്ന് പരിശോധിക്കേണ്ടത്. 1857–59 കാലത്ത് നടന്ന ഒന്നാം സ്വാതന്ത്ര്യസമരത്തിൽ ഹിന്ദുക്കളെ അപേ ക്ഷിച്ച് കൂടുതൽ ആവേശത്തോടെ പങ്കെടുത്ത് മുസ്ലീം ജനവിഭാഗങ്ങ ളായിരുന്നു. അതുവരെ ഇന്ത്യ ഭരിച്ചിരുന്ന മുഗൾ സാമ്രാജ്യത്വത്തെ അധി കാരഭ്രഷ്ടമാക്കിയതിന്റെ വൈരാഗ്യമായിരിക്കണം ഈ മുന്നേറ്റത്തിനി ടയാക്കിയ ഒരുകാരണം. ഇസ്ലാമിക ലോകത്തിന്റെയാകെ അഭിവന്ദ്യ നേതാവായിരുന്ന ഖലീഫയുടെ ഭരണത്തിലിരുന്ന തുർക്കിയടക്കം കീഴ്പ്പെ

ടുത്തിക്കൊണ്ട് ലോകസാമ്രാജ്യത്വശക്തിയായി വളർന്നുവരുന്ന ബ്രിട്ടനോ ടുള്ള വൈരാഗ്യവും ഇതിന് കാരണമായിരുന്നു. തന്മൂലം ബ്രിട്ടീഷുകാ രുടെ മുൻകൈയിൽ ഇന്ത്യയിൽ സ്ഥാപിതമായ ആധുനിക വിദ്യാഭ്യാസ സംവിധാനത്തെ ബഹിഷ്കരിക്കുക എന്ന പൊതുസമീപനമാണ് മുസ്ലീ ങ്ങളുടെ ഭാഗത്തുനിന്നുണ്ടായത്. ഇതിന് അപവാദങ്ങളില്ല എന്നല്ല. തന്മൂലം ഹിന്ദുവിഭാഗത്തിലുണ്ടായതിന് സമാനമായ ഒരു നവോത്ഥാനമുന്നേറ്റം മുസ്ലീം ജനവിഭാഗത്തിൽ നിന്നുണ്ടായില്ല.

ഇതിന് വ്യക്തമായ ഒരപവാദമായിരുന്നു സയ്യദ് അഹമ്മദ് ഖാൻ. ഹിന്ദുമതത്തിലെ റാംമോഹൻ റോയിയെ പോലെ സാമൂഹിക പരിഷ്ക രണത്തിനും സാംസ്കാരിക നവോത്ഥാനത്തിനും വേണ്ടി നിലകൊണ്ട നേതാവായിരുന്നു സയ്യദ് അഹമ്മദ് ഖാൻ. റാംമോഹന്റേതുപോലെ തന്നെ ഒരു ബഹുമുഖപ്രതിഭയായിരുന്ന അഹമ്മദ് ഖാൻ പേരെടുത്ത് വിദ്യാഭ്യാസരംഗത്തെ പ്രവർത്തനംകൊണ്ടായിരുന്നു. അദ്ദേഹത്തിന്റെ നേതൃത്വത്തിൽ തുടക്കം കുറിച്ച അലിഗറിലെ മുഹമ്മദൻ ആംഗ്ലോ ഓറി യന്റൽ സ്കൂൾ 1878 ൽ ഒരു കോളേജാക്കി ഉയർത്തപ്പെട്ടു. അതാണ് പിന്നീട് അലിഗർ മുസ്ലീം സർവ്വകലാശാലയായി വളർന്നത്. മുസ്ലീം ജനവിഭാഗത്തിന്റെ ആധുനികവല്ക്കരണത്തിൽ വലിയ പങ്കുവഹിച്ച ഒരു വിദ്യാഭ്യാസസ്ഥാപനമാണിത്.

തന്റെ സമകാലീനരായ മതപണ്ഡിതരിലും സമുദായ നേതാക്കളിലും നിന്ന് തികച്ചും വ്യത്യസ്തങ്ങളായ വീക്ഷണങ്ങളും ചിന്താഗതികളുമാണ് അദ്ദേഹത്തിനുണ്ടായിരുന്നത്. അദ്ദേഹം നടത്തിയ മുസ്ലീം മതതത്വ വ്യാഖ്യാനങ്ങളോട് യാഥാസ്ഥിതിക വിഭാഗത്തിന് യോജിപ്പുണ്ടായിരുന്നില്ല. തുർക്കി സുൽത്താൻ ഖലീഫ എന്ന നിലയ്ക്ക് യാതൊരധികാരവുമി ല്ലെന്ന അഭിപ്രായമാണദ്ദേഹം വച്ചുപുലർത്തിയിരുന്നത്.

എന്നാൽ ഈ വ്യത്യസ്ത വീക്ഷണങ്ങൾ മതത്തിലെ സാധാരണ ക്കാരുടെ എതിർപ്പിനിടയാക്കിയേക്കുമെന്ന് ബോദ്ധ്യപ്പെട്ട അദ്ദേഹം തന്റെ പ്രവർത്തനമേഖല വിദ്യാഭ്യാസരംഗം മാത്രമായി ഒതുക്കിനിർത്തി. മാത്രമല്ല 1857–59ലെ കലാപത്തിന്റെ പ്രതികാരമെന്നോണം മുസ്ലീ ങ്ങളോട് ബ്രിട്ടീഷ്ഭരണകൂടം എടുത്ത പ്രതികാരനടപടികൾ അദ്ദേ ഹത്തെ പുനർവിചിന്തനത്തിന് പ്രേരിപ്പിച്ചു

> സമുദായത്തിന് ബ്രിട്ടീഷ് ഭരണാധികാരികളോടുള്ള ബന്ധത്തിൽ മൗലികമായ ഒരു മാറ്റം വന്നേ കഴിയു; അവരുമായുള്ള സംഘ ട്ടനം അവസാനിപ്പിച്ച് സഹകരണാത്മകമായ ബന്ധം സ്ഥാപി ച്ചാലേ രക്ഷയുള്ളു; അവരുടെ സഹായസഹകണങ്ങളോടെ മാത്രമേ വിദ്യാഭ്യാസം തൊട്ടുള്ള എല്ലാ രംഗങ്ങളിലും സമുദായ ത്തിന് പുരോഗമിക്കാനൊക്കുകയുള്ളു—ഇതാണ് അഹമ്മദ് ഖാൻ അംഗീകരിച്ച നിലപാട് (ഇന്ത്യൻ സ്വാതന്ത്ര്യസമരചരിത്രം ഇ എം എസ്).

ബ്രിട്ടീഷുകാരോടുമാത്രമല്ല അന്യ മതസ്ഥരോടും സഹകരണത്തി
ന്റെയും സമന്വയത്തിന്റെയും സമീപനമാണ് അദ്ദേഹം തുടക്കത്തിൽ
സ്വീകരിച്ചത്.

എന്നാൽ 1885 ലെ കോൺഗ്രസ് രൂപീകരണത്തോടെ അദ്ദേഹ
ത്തിന്റെ നിലപാടുകളിൽ പ്രകടമായ മാറ്റം വന്നു. ബ്രിട്ടനിലെ പോലെ
ഇന്ത്യയിലും ജനാധിപത്യം വന്നാൽ ഭരണത്തിൽ വരുന്നവരിൽ ഭൂരി
ഭാഗവും ഹിന്ദുക്കളായിരിക്കും. ഫലത്തിൽ അത് ന്യൂനപക്ഷമായ മുസ്ലീ
ങ്ങൾക്ക് ദോഷം ചെയ്യും എന്ന ധാരണയിലാണ് അദ്ദേഹം എത്തിച്ചേർന്ന
ത്. കോൺഗ്രസ് ആവശ്യപ്പെടുന്ന ജനാധിപത്യസംവിധാനത്തിനകത്തു
തന്നെ മുസ്ലീങ്ങൾക്ക് പ്രത്യേക പദവി ആവശ്യമാണെന്ന നിഗമനത്തി
ലേക്ക് അദ്ദേഹം എത്തിച്ചേർന്നു. അത് നടപ്പിലാവണമെങ്കിൽ മുസ്ലീ
ങ്ങൾ പ്രത്യേകം സംഘടിക്കണം. ഈ നിലപാടിനെ ബ്രിട്ടീഷുകാർ
പ്രോത്സാഹിപ്പിച്ചു. ഹിന്ദു-മുസ്ലീം ഐക്യം തകർക്കലായിരുന്നു
അവർക്കാവശ്യം.

ഫലത്തിൽ കോൺഗ്രസ് ആവശ്യപ്പെടുന്ന ജനാധിപത്യ ഭരണ
ക്രമം പ്രയോഗത്തിൽ ന്യൂനപക്ഷമായ മുസ്ലീങ്ങൾക്കെതിരാണെന്നും
അതൊഴിവാക്കുന്നതിന് തങ്ങളും ബ്രിട്ടീഷ് ഭരണാധികാരികളും
യോജിച്ചു നില്ക്കേണ്ടതാണെന്നുമുള്ള ധാരണ അഭ്യസ്തവിദ്യരായ
മുസ്ലീംജനവിഭാഗങ്ങൾക്കിടയിൽ ശക്തിപ്പെട്ടു. ഇതാണ് പിന്നീട് അഖി
ലേന്ത്യ മുസ്ലീംലീഗിന്റെ രൂപീകരണത്തിലേക്കും ഇന്ത്യ-പാക്വിഭജന
ത്തിലേക്കും എത്തിച്ചത്.

ഹൈന്ദവ നവോത്ഥാനപ്രസ്ഥാനത്തിലെ തന്നെ പുനരുജ്ജീവനം,
അതിന്റെ ഭാഗമായി സ്വാതന്ത്ര്യ സമരപ്രസ്ഥാനത്തിൽ ഉയർന്നുവന്ന
ഹൈന്ദവ സങ്കല്പങ്ങളും പ്രതീകങ്ങളും, സ്വാതന്ത്ര്യാനന്തര ഇന്ത്യ
പുരാതനഭാരതത്തിന്റെ പുനരുജ്ജീവനത്തിലേക്ക് നയിക്കും എന്ന ഭീതി
ഇതൊക്കെയാണ് ഇന്ത്യയിൽ ഇസ്ലാമിക രാഷ്ട്രീയത്തിന്റെ വളർച്ചയ്ക്ക്
തുടക്കമിട്ടത്.

4

ഭിന്നിപ്പിച്ചു ഭരിക്കുക

ബ്രിട്ടീഷ് ഭരണകാലത്തെ ബംഗാൾ സംസ്ഥാനം ഇന്നത്തെ പശ്ചി മബംഗാളും ബംഗ്ലാദേശും മാത്രം ഉൾക്കൊള്ളുന്നതായിരുന്നില്ല. ബംഗാളി ഭാഷ സംസാരിക്കുന്ന മൂന്നുജില്ലകൾ ആസാമിലായിരുന്നു. കഴിച്ചു ബാക്കി മുഴുവൻ ബംഗാളി ഭാഷാ ജില്ലകളും. അതോടൊപ്പം ബീഹാർ, ഒറീസ, ഛോട്ടാനാഗ്പൂർ എന്നീ പ്രദേശങ്ങളും ഉൾക്കൊള്ളുന്നതായി രുന്നു അന്നത്തെ ബംഗാൾ സംസ്ഥാനം. അതിന്റെ വിസ്തൃതി സ്വാഭാ വികമായും വളരെ വലുതായിരുന്നു. പോരാത്തതിന് ബ്രിട്ടീഷിന്ത്യയുടെ അന്നത്തെ തലസ്ഥാനം കൽക്കത്തയായിരുന്നു. വിവിധ പ്രദേശങ്ങൾ തമ്മിൽ വികസനത്തിന്റെ കാര്യത്തിൽ ഏറ്റക്കുറച്ചിലുകളുണ്ടായിരുന്നു. വൻ വിസ്തൃതിയാണിതിന് കാരണമെന്ന ന്യായമുന്നയിച്ച് ബംഗാൾ വിഭ ജിക്കണം; അതിർത്തി ചുരുക്കണം എന്ന ന്യായമാണ് ബ്രിട്ടീഷ് ഭരണ നേതൃത്വത്തിൽ നിന്ന് പരസ്യമായി ഉയർത്തപ്പെട്ടത്. 1904 ൽ ഔദ്യോഗി കമായി ഉയർത്തപ്പെട്ട ഈ നിർദ്ദേശം 1905 ൽ ഔദ്യോഗിക പ്രഖ്യാപന മായി പുറത്തുവരികയും ചെയ്തു. കഴ്സൺ പ്രഭുവായിരുന്നു അന്നത്തെ വൈസ്റോയി.

എന്നാൽ ഭരണ സൗകര്യമല്ല ബംഗാൾ വിഭജനത്തിലേക്ക് നയി ച്ചത് എന്ന കാര്യം കഴ്സൺ പ്രഭുവിന്റെ തന്നെ കത്തുകളിൽ നിന്നും കുറിപ്പുകളിൽ നിന്നും നമുക്ക് വായിച്ചെടുക്കാവുന്നതാണ്. ബംഗാളിൽ മാത്രമല്ല ഇന്ത്യയിലാകെത്തന്നെയുള്ള രാഷ്ട്രീയപ്രക്ഷോഭണത്തിന്റെ മുൻപന്തിയിൽ നിന്നിരുന്നത് ബംഗാളി ബാബു(വിദ്യാസമ്പന്നരായ ബംഗാ ളിയുവാക്കൾ)മാരാണ്. ഇന്ത്യയിലാകെ നോക്കിയാൽ ആധുനിക മുത ലാളിത്ത വികസനം കൂടുതൽ നടന്നത് ബംഗാളിലാണെന്നതും ദേശീയ ബൂർഷ്വാസി ഒരു വർഗ്ഗമെന്ന നിലയിൽ വളരാനാരംഭിച്ചത് ഇവിടെയാ ണെന്നതുമാണതിന് കാരണം. ബംഗാളി ബാബുമാർ ബംഗാളി ഭാഷ യിൽ പത്രങ്ങൾ പ്രസിദ്ധീകരിച്ചും പ്രസംഗങ്ങൾ നടത്തിയും ജനങ്ങളെ

ബ്രിട്ടീഷ് ഭരണത്തിനെതിരാക്കുന്നു. ഈ സൗകര്യം തടഞ്ഞാൽ പ്രസ്ഥാ നത്തിന്റെ വളർച്ചയെത്തന്നെ തടയാനാവുമെന്നായിരുന്നു കഴ്സൺ പ്രഭു വിന്റെ കണക്കുകൂട്ടൽ.

തങ്ങൾ ഒരു രാഷ്ട്രമാണെന്ന് ബംഗാളികൾ കരുതുന്നു; ഇംഗ്ലീ ഷുകാരെ പുറത്താക്കി ഒരു ബംഗാളി ബാബുവിനെ കൽക്കത്ത യിലെ ഗവൺമെന്റ് ഹൗസിൽ വാഴിക്കാൻ കഴിയുന്ന ഒരു ഭാവി അവർ സ്വപ്നം കാണുന്നു; ഈ സ്വപ്നം യാഥാർത്ഥ്യമാകുന്നത് തടയുന്ന ഏത് നടപടിയേയും അവർ രൂക്ഷമായെതിർക്കും. അവർ ഇന്ന് മുഴക്കുന്ന മുറവിളിക്ക് നാം കീഴടങ്ങിയാൽ ഇനിയൊരിക്കലും ബംഗാളിനെ ചെറുതാക്കാൻ നമുക്ക് കഴിയാതെ വരും. അതിന്റെ ഫലമാകട്ടെ, ഇന്ത്യയുടെ കിഴക്കൻ അതിർത്തിയിൽ അനുയോ ജ്യമായ ഒരു ശക്തി അടിയുറച്ചുവരികയും, അനുദിനം ശക്തിപ്പെ ടുന്ന കുഴപ്പങ്ങൾക്ക് വഴിവയ്ക്കുകയുമാണ്.

ഇന്ത്യയുടെ അതിർത്തിയിൽ വളർന്നുവരുന്ന അപ്രതിരോധ്യമായ ശക്തിയെ ഭിന്നിപ്പിക്കുകയെന്നതായിരുന്നു ലക്ഷ്യം. ഒരു വലിയ സംസ്ഥാ നത്തെ ഭരണസൗകര്യം മുൻനിർത്തി മുറിക്കുകയായിരുന്നു ലക്ഷ്യമെ ങ്കിൽ ബംഗാളി ഭാഷ സംസാരിക്കുന്ന പ്രദേശങ്ങളെ ഒന്നാക്കുകയും ഹിന്ദി -ഒറിയ-ഗിരിവർഗ്ഗപ്രദേശങ്ങളെ വേർതിരിക്കുകയും ചെയ്യാമായിരുന്നു. എന്നാൽ കിഴക്കൻ ബംഗാൾ ജില്ലകളെ ആകെയും ബംഗാളി ഭാഷാ ജില്ല കളടക്കമുള്ള ആസാമിനെയും ചേർത്ത് ഒരു പുതിയ സംസ്ഥാനം ഉണ്ടാ ക്കുകയും ബീഹാറും ഒറിസയും ഗിരിവർഗ്ഗ പ്രദേശങ്ങളും ബംഗാ ളിൽത്തന്നെ നിലനിർത്തുന്ന ഒരു പദ്ധതിയാണ് ഗവൺമെന്റാവിഷ്ക്കരി ച്ചത്. വ്യത്യസ്ത ഭാഷ സംസാരിക്കുന്ന ജനങ്ങളെ ചേർത്ത് രൂപപ്പെടു ത്തിയ സംസ്ഥാനത്തിനകത്ത് ഭാഷാപരമായ വൈരുദ്ധ്യങ്ങൾ വർദ്ധി ക്കുകയും അത് ഏറ്റുമുട്ടലിലെത്തുകയും ചെയ്യും. മാത്രമല്ല പുതിയ സംസ്ഥാനമായ കിഴക്കൻ ബംഗാളിന്റെ തലസ്ഥാനം ഡാക്കയാണ്. അവിടെ മുസ്ലീം ഭൂരിപക്ഷ പ്രദേശമാണ്. കൽക്കത്ത തലസ്ഥാനമായ അവിഭക്ത ബംഗാളാകട്ടെ ഹിന്ദുഭൂരിപക്ഷമുള്ള, ഹിന്ദുമേധാവിത്വമുള്ള, ഒരു സംസ്ഥാനമായിരുന്നു. ഫലത്തിൽ വിഭജനംകൊണ്ട് ഹിന്ദുമേധാവി ത്വത്തിൽ നിന്ന് മുസ്ലീങ്ങളെ വിമോചിപ്പിക്കുകയാണ് ബ്രിട്ടീഷ് ഭരണം എന്നൊരു സന്ദേശം നൽകാനും ഈ വിഭജനം കാരണമായി. ഫലത്തിൽ ഹിന്ദു മുസ്ലീം വഴക്കിന്റെ വിത്തുകൾ പാകുന്നതിനാണ് ബംഗാൾ വിഭ ജനം കൊണ്ട് കൊളോണിയൽ മേധാവിത്വം ഉദ്ദേശിച്ചത്.
അതിനനുസൃതമായാണ് വിഭജനം സംബന്ധിച്ച ഗവൺമെന്റ് പ്രമേയം തയ്യാറാക്കപ്പെട്ടത്. അതിൽ ഇങ്ങനെ പറഞ്ഞിരുന്നു:

ഡാക്ക തലസ്ഥാനമാക്കിയും, ചിറ്റഗോങ് ഉപതലസ്ഥാനമാക്കിയും രൂപീകരിക്കപ്പെടുന്ന പുതിയ സംസ്ഥാനത്തിന്റെ ജനസംഖ്യ 310 ലക്ഷമാണ്. ഇതിൽ 180 ലക്ഷം മുഹമ്മദീയരും 120 ലക്ഷം ഹിന്ദുക്ക ളുമാണ്.

അതിനൊരു നിയമനിർമ്മാണ സഭയും രണ്ടംഗങ്ങളുള്ള ഒരു റവന്യൂ ബോർഡുമുണ്ടായിരിക്കും. അതിൻമേൽ കൽക്കത്ത ഹൈക്കോടതിക്ക് ഇന്നുള്ള അധികാരപരിധി കോട്ടംതട്ടാതെ നിലനിൽക്കും. പുതിയ സംസ്ഥാനത്തിലേക്ക് മാറ്റപ്പെടുന്ന വലിയൊരു ഭൂപ്രദേശം കിഴക്കും ചോട്ടാ നാഗ്പൂരിലെ അഞ്ചുഹിന്ദു നാട്ടുരാജ്യങ്ങൾ പടിഞ്ഞാറും നഷ്ട പ്പെട്ടു പോകുന്ന ഇന്നത്തെ ബംഗാളിനോട് സംഭാൽപൂരും അഞ്ച് ഒറിയാ സ്റ്റേറ്റുകളും ചേരും. അതിന്റെ മൊത്തം ജനസംഖ്യ 540 ലക്ഷമായിരിക്കും. 420 ലക്ഷം ഹിന്ദുക്കളും 90 ലക്ഷം മുഹമ്മദീയരും.

രണ്ടു ബംഗാളി സംസ്ഥാനങ്ങളിലെയും ജനസംഖ്യയെ ഹിന്ദു വെന്നും മുസ്ലീമെന്നും വേർതിരിച്ചുപറഞ്ഞതും രണ്ടിലും ബംഗാളികളാണ് മുഖ്യജനവിഭാഗമെന്ന് വ്യക്തമാക്കിയതും രണ്ടു സന്ദേശങ്ങളാണ് ജന ങ്ങൾക്ക് നൽകിയത്. ഹിന്ദു മുസ്ലീം ഭിന്നിപ്പും ബംഗാളി–ബംഗാളി ഇതര ഭിന്നിപ്പും ശക്തിപ്പെടുത്തണമെന്നായിരുന്നു കൊളോണിയൽ ഭരണാധി കാരികളുടെ സന്ദേശം.

വിഭജനത്തിനെതിരായി ശക്തമായ പ്രക്ഷോഭം വളർന്നുവരികയും അവസാനം 1911 ൽ വിഭജനം റദ്ദാക്കുകയുമൊക്കെ ചെയ്തെങ്കിലും ബ്രിട്ടീഷുകാർ എന്താണോ ഉദ്ദേശിച്ചത് അതിന്റെ വിത്തുവിതയ്ക്കാൻ അവർക്കു കഴിഞ്ഞു എന്നാണ് പിൽക്കാല ചരിത്രം വ്യക്തമാക്കിയത്.

ഒരു ഭാഗത്ത് ബംഗാൾ വിഭജനം, അതിനെതിരായ പോരാട്ടത്തെ ശക്തിപ്പെടുത്തുകയും അതുവഴി ദേശീയ പ്രസ്ഥാനം വിപുലപ്പെടുത്തു കയും ചെയ്തു. എന്നാൽ തീവ്രവാദികളടക്കമുള്ള ദേശീയ നേതാക്കൾ വച്ചുപുലർത്തിയിരുന്ന ഹൈന്ദവ വീക്ഷണവും പുനരുജ്ജീവനവാദവും ദേശീയപ്രസ്ഥാനത്തെ തന്നെ സംശയദൃഷ്ടിയോടെ വീക്ഷിക്കാൻ മുസ്ലീം സമുദായത്തിൽ നിന്നുയർന്നുവന്ന പുത്തൻ തലമുറയെ പ്രേരിപ്പിച്ചു. ഇത് കൊളോണിയൽ ഭരണകൂടം ആസൂത്രിതമായി ഉപയോഗപ്പെടുത്തി. മുസ്ലീം ഭൂരിപക്ഷപ്രദേശങ്ങൾ ഉൾക്കൊള്ളുന്ന പുതിയ സംസ്ഥാനത്തിൽ തങ്ങൾക്ക് മേധാവിത്വം നേടാൻ കഴിയുമെന്ന ധാരണ മുസ്ലീം പ്രമാണി മാരിൽ വളർത്തിയെടുക്കാൻ അവർ ശ്രമിച്ചു. തുടക്കത്തിൽ വിഭജനവി രുദ്ധസമരത്തിൽ പങ്കെടുത്ത ഢാക്കാനവാബും മറ്റും വിഭജനാനുകൂലി കളായി മാറി. അഖിലേന്ത്യാതലത്തിൽ തന്നെ സ്വാതന്ത്ര്യാനന്തര ഇന്ത്യ യിൽ ഇസ്ലാമിന്റെ പങ്കെന്തായിരിക്കണം എന്ന ചോദ്യം ഉയർത്തപ്പെട്ടു. അഖിലേന്ത്യാ മുസ്ലീംലീഗ് രൂപംകൊള്ളുന്നത് ഈ പശ്ചാത്തലത്തിലാണ്. ഈ കാലയളവിൽ തന്നെയാണ് ഹിന്ദുമഹാസഭയും രൂപംകൊള്ളുന്നത്.

ഇന്ത്യയുടെ നവോത്ഥാന പ്രസ്ഥാനത്തിന്റെ ഭാഗമായി വളർന്ന ഹൈന്ദവ പുനരുജ്ജീവനത്തിന്റെ അംശങ്ങൾ ദേശീയ സ്വാതന്ത്ര്യപ്ര സ്ഥാനത്തെ അന്നു സ്വാധീനിച്ചിരുന്നുവെന്നതും നാം കണ്ടതാണ്. ഇതിന്റെ ആഘാത പ്രത്യാഘാതങ്ങളും ഒപ്പം സാമ്രാജ്യത്വത്തിന്റെ ഭിന്നി പ്പിക്കൽ തന്ത്രങ്ങളും ചേർന്നപ്പോഴാണ് ഇന്ത്യയിൽ ഹൈന്ദവ മുസ്ലീം വർഗ്ഗീയതകൾക്ക് തുടക്കമായത്. ഫ്യൂഡൽ മൂല്യങ്ങളോട് സന്ധിചെയ്തു വളരുന്ന ഇന്ത്യൻ ബൂർഷ്വാസിയുടെ സ്വാഭാവിക ദൗർബല്യത്തെ മുത ലെടുക്കാൻ സാമ്രാജ്യത്വത്തിന് കഴിഞ്ഞു എന്നാണിത് വ്യക്തമാക്കുന്നത്.

5

ആരാണ് ഹിന്ദു?

ആരാണ് ഹിന്ദു എന്ന ചോദ്യത്തിന് സവർക്കർ നൽകിയ ഉത്തരം ഇതാണ്.

സിന്ധുനദീതീരം മുതൽ സമുദ്രംവരെ വ്യാപിച്ചുകിടക്കുന്ന ഈ ഭാരതവർഷത്തെ സ്വന്തം പിതൃഭൂമിയായും പുണ്യഭൂമിയായും സ്വന്തം മതത്തിന്റെ വളർത്തുതൊട്ടിലായും കണക്കാക്കുന്നവ നാണ് ഹിന്ദു.

ഒറ്റവായനയിൽ അപകടകാരിയല്ലെന്ന് തോന്നിപ്പിക്കുന്ന ഒരു നിർവ്വ ചനമാണിത്. എന്നാൽ ഇതേ സവർക്കർ തന്നെ ഹിന്ദുക്കളുടെ സ്വാത ന്ത്ര്യത്തെക്കുറിച്ചും അഹിന്ദുക്കൾ ആരെന്നതിനെക്കുറിച്ചും പറയുന്നുണ്ട്.

ഈ ഭൂമിയിൽ ഇന്ത്യ എന്ന് പേരുള്ള ഒരു ചെറിയ ഇടത്തിന്റെ സ്വാതന്ത്ര്യമല്ല ഹിന്ദുക്കളുടെ സ്വരാജ്യം. ഹിന്ദുത്വം സംരക്ഷിക്ക പ്പെടുന്നതാണ് ഹിന്ദുസ്ഥാനത്തിന്റെ സ്വാതന്ത്ര്യം. ഹിന്ദുക്കളുടെ മതപരവും വംശീയവും സാംസ്കാരികവുമായ സ്വത്വമാണ് ഹിന്ദുത്വം. ആ സ്വത്വം എവിടെയാണോ ദൃഢമാക്കിയിരിക്കുന്നത് ആ 'രാജ്യ'മാണ് ഹിന്ദുക്കളുടെ സ്വരാജ്യം. അവിടെ ഇന്ത്യയുടെ അതിർത്തിക്കുള്ളിലോ വെളിയിലോ ഉള്ള അതിരുകളുടെ അമി തഭാരം ഉണ്ടാവുകയില്ല.

തുടർന്ന് ആരാണ് അഹിന്ദു എന്ന് വ്യക്തമാക്കുന്നു.

അന്യരാജ്യത്തിൽ നിന്ന് ഓടിവന്ന് അഭയം തേടിയവർ, അധികാ രക്കൊതിയോ ധനമോഹമോ മോഹിച്ച് മഹത്തായ ഹിന്ദുമതം ഉപേ

ക്ഷിച്ച് മറ്റു മതങ്ങളിൽ ചേർന്നവർ, അതിർത്തികടന്നുകയറിയവർ, നമ്മുടെ പുണ്യഭൂമിയും ക്ഷേത്രങ്ങളും നശിപ്പിച്ച കിരാതരായ അക്രമികളുടെ അനന്തരാവകാശികൾ—ഇവരുടെ കൂടെ ഇന്ത്യ യുടെ അവകാശം പങ്കുവയ്ക്കാൻ ഹിന്ദുക്കൾ ഒരുക്കമല്ല. ഇവർക്ക് അവകാശപ്പെട്ടതല്ല ഇന്ത്യ. ഇപ്പറഞ്ഞവർക്ക് ഇവിടെ താമസിക്ക ണമെങ്കിൽ, ഹിന്ദുസ്ഥാൻ ഹിന്ദുക്കളുടേതു മാത്രമാണെന്ന് അംഗീ കരിക്കണം.

ഇതാണ് ബി ജെ പി മുന്നോട്ടുവയ്ക്കുന്ന സാംസ്കാരിക ദേശീയ തയുടെ, ഹിന്ദു ദേശീയതയുടെ അന്തഃസത്ത. ബി ജെ പി യുടെ പ്രധാന മന്ത്രി സ്ഥാനാർത്ഥിയായ നരേന്ദ്രമോദി ഞാനൊരു ഹിന്ദു ദേശീയവാദി യാണെന്ന് പറയുമ്പോൾ അതിലെ ദേശീയവാദം എന്നതുകൊണ്ട് ഉദ്ദേ ശിക്കുന്നത് ഇന്ത്യയുടെ അവകാശികൾ ഹിന്ദുക്കൾ മാത്രമാണെന്നാണ്, ഇന്ത്യ ഹിന്ദുക്കളുടേത് മാത്രമാണെന്ന് മുസ്ലീങ്ങളും ക്രിസ്ത്യാനികളും നാസ്തികരും ഭൗതികവാദികളുമൊക്കെ അംഗീകരിച്ചുകൊടുത്തുകൊണ്ട് രണ്ടാംതരം പൗരന്മാരായി കഴിയണമെന്നാണ്.

ബി ജെ പി യുടെ തെരഞ്ഞെടുപ്പ് പ്രകടനപത്രിക ഈ ഹിന്ദു ദേ ശീയത എന്തെന്ന് വ്യക്തമാക്കിയിട്ടുണ്ട്.

ഭാരതത്തിന്റെ ഭൂമിശാസ്ത്രപരമോ രാഷ്ട്രീയമോ മാത്രമായ സത്വ ത്താൽ ബന്ധിതമല്ല നമ്മുടെ ദേശീയ വീക്ഷണം. അതിന് അപ്പുറം ചിരപുരാതനമായ സാംസ്കാരിക പാരമ്പര്യത്തിന്റെ അടി ത്തറ അതിനുണ്ട്. നമ്മുടെ എല്ലാ ദേശങ്ങളുടെയും ഭാഷകളുടെയും മതങ്ങളുടെയും കേന്ദ്രമാണ് ആ പൈതൃകം. ആ സാംസ്കാരിക സ്വത്വമാണ് ഇന്ത്യയുടെ സാംസ്കാരിക ദേശീയത നിർണ്ണയിക്കു ന്നത്. അതിന്റെ ആന്തരസത്ത ഹിന്ദുത്വമാണ്.

ഇന്ത്യയിലുള്ള വ്യത്യസ്ത മതവിശ്വാസികൾ ആരും തന്നെ ഇന്ത്യൻ സംസ്കാരമെന്നത് ഹിന്ദു സംസ്കാരമാണെന്നോ, തങ്ങളുടെ മതത്തിന്റെ കേന്ദ്രമെന്നത് ഹിന്ദുപൈതൃകമാണെന്നോ അംഗീകരിക്കുന്നവരല്ല.

ഭരണഘടനാപരമായി 'ഹിന്ദു' എന്ന് വിളിക്കപ്പെടുന്നവരൊക്കെ അങ്ങനെയൊരു പൈതൃകമുള്ളവരാണോ? ഹിന്ദുമതത്തിലെ 'ഹിന്ദു' എന്ന പദം സംസ്കൃതത്തിലെ 'സിന്ധു' എന്നതിന് സമാനമായ ഒരു പേർഷ്യൻ പദമാണ്. ഇൻഡസ് എന്നത് സിന്ധുവിന്റെ ഇംഗ്ലീഷ് പദമാണ്. സിന്ധു ഒഴുകുന്ന പ്രദേശത്ത് ജീവിക്കുന്നവരായിരുന്നു പഴയ ഇന്ത്യക്കാർ. പഴയ പേർഷ്യൻ ക്യൂണിഫോം ലിപി ഉപയോഗിക്കുന്ന കാലം മുതൽ, അതായത് ഡാരിയസ് ഒന്നാമന്റെ കാലം മുതൽ ബി സി 517 മുതൽ, ഈ വാക്കിന് ഈ അർത്ഥമാണുള്ളത്. ഏതാണ്ട് ആയിരത്തിലേറെ വർഷ ങ്ങളായി ഇന്ത്യക്കാരെയാകെ വിളിക്കുന്നതിന് ഹിന്ദു എന്ന പദമാണു ഉ പയോഗപ്പെടുത്തിയിരുന്നത്. എ ഡി 712 മുതൽ മുസ്ലീങ്ങൾ ഇന്ത്യയിൽ

സ്ഥിരതാമസമാക്കുകയും താഴ്ന്നജാതിക്കാരെ മുസ്ലീങ്ങളാക്കിമാറ്റുകയും ചെയ്തതോടെയാണ് ഹിന്ദുക്കളെയും മുസ്ലീങ്ങളെയും വേർതിരിച്ചു കാ ണാനാരംഭിച്ചത്. അന്ന് ശൈവമതവും വൈഷ്ണവമതവും ശാക്തേയ മതവുമൊക്കെയാണുണ്ടായിരുന്നത്. പേർഷ്യൻ പണ്ഡിതന്മാർക്ക് ഹിന്ദു വെന്ന് വിളിക്കപ്പെടുന്ന ഇന്ത്യക്കാർക്കിടയിലുള്ള വ്യത്യസ്ത മതക്കാരെ സംബന്ധിച്ച് വ്യക്തമായ ധാരണയുണ്ടായിരുന്നു. എന്നാൽ ഇന്ത്യ കീഴ ടക്കിയ യൂറോപ്യൻമാർക്ക് ഈ വ്യത്യാസം അറിയില്ലായിരുന്നു. അവർ മുസ്ലീങ്ങളല്ലാത്ത മുഴുവൻ ഇന്ത്യക്കാരെയും ഹിന്ദുക്കളായാണ് കണ്ടത്. മുസ്ലീങ്ങളും ജൂതൻമാരും ബുദ്ധ-ജൈനമതക്കാരും ക്രിസ്ത്യാനികളും ഒഴികെയുള്ള മറ്റെല്ലാവരും ഹിന്ദുക്കളാണെന്നായിരുന്നു അവരുടെ ധാര ണ. അതിനനുസരിച്ചാണ് അവർ ഹിന്ദു എന്ന പദം പ്രയോഗിച്ചത്. യഥാർത്ഥത്തിൽ അത് മൗലികമായ ഒരു തെറ്റിധാരണയുടെ ഫലമായി രുന്നു. ഹിന്ദു എന്ന ഈ വിളിപ്പേരിൽ നിന്നാണ് പിന്നീട് 'ഹിന്ദുമതം' എന്ന പ്രയോഗം നിലവിൽ വരുന്നത്. അല്ലാതെ വേദങ്ങളിലോ ഉപനിഷ ത്തുക്കളിലോ ഒന്നും തന്നെ 'ഹിന്ദു' എന്ന പ്രയോഗമില്ല.

1711 ൽ മലബാറിലെ ജനങ്ങളെയും അവരുടെ വിശ്വാസങ്ങളെയും കുറിച്ച് പ്രസിദ്ധമായ ഗ്രന്ഥമെഴുതിയ ബർത്തലോമസ് അന്നത്തെ ജന തയെ നാലു മതക്കാരായാണ് തരംതിരിച്ചിരിക്കുന്നത്. ജൂതമ്മാർ, ക്രിസ്ത്യാനികൾ, മുസ്ലീങ്ങൾ, അപരിഷ്കൃതർ എന്നിവരാണ് ആ നാല് വിഭാഗങ്ങൾ. ഇംഗ്ലീഷിൽ പിശാചിന്റെ സന്തതികൾ എന്ന് അർത്ഥം വരുന്ന *heathen* എന്ന പദമാണ് അപരിഷ്കൃതർ എന്ന് തർജ്ജുമ ചെയ്തിരി ക്കുന്നത്. അത് കാണിക്കുന്നത് 18-ാം നൂറ്റാണ്ടിന്റെ തുടക്കത്തിൽപ്പോലും ഹിന്ദുമതം എന്ന പദത്തിന് മലയാളത്തിൽ പ്രചുരപ്രചാരം ലഭിച്ചിരുന്നില്ല എന്നാണ്. അല്ലെങ്കിൽ അന്ന് ഹിന്ദുമതം മലബാറിൽ ഉണ്ടായിരുന്നില്ല എന്ന നിഗമനത്തിൽ എത്തേണ്ടതായി വരും.

വടക്കേ ഇന്ത്യയിലെ വ്യാപാരി സമൂഹത്തെ ബനിയകൾ എന്നു വിളിച്ചുവരുന്നുണ്ട്. 17 ഉം 18 ഉം നൂറ്റാണ്ടുകളിൽ ഇന്ന് ഹിന്ദുവെന്നറിയ പ്പെടുന്നവരാകെ അവിടെ ബനിയകൾ എന്നാണറിയപ്പെട്ടിരുന്നത്. എന്താ യാലും പത്തൊമ്പതാം നൂറ്റാണ്ടോടെയാണ് 'ഹിന്ദുമതം' എന്ന പ്രയോഗം പ്രചുരപ്രചാരം നേടുന്നത്. ഇന്നിപ്പോൾ ഹിന്ദുമതം എന്ന പ്രയോഗമാണ് സാർവ്വത്രികമായ വിധത്തിൽ നമ്മുടെ മുമ്പിലുള്ളത് എന്നതിനാൽ ആ പദം നമ്മുടെ ചിന്തകളെ തിരിച്ച് സ്വാധീനിച്ചുകൊണ്ടിരിക്കുകയാണ്. മറ്റു മതങ്ങളുടേതുപോലെ ഇതിനും ചില പൊതുവായ വിശ്വാസങ്ങളും ആചാ രങ്ങളുമുണ്ട് എന്ന മുൻധാരണയിൽ നിന്നാണ് നാം ഹിന്ദുമതത്തെക്കു റിച്ച് പഠിക്കാനാരംഭിക്കുന്നത്. എന്നാൽ ഹിന്ദുമതക്കാരായി ഇന്ത്യയിലാ കമാനം കാണപ്പെടുന്ന ജനവിഭാഗങ്ങൾക്കാകെ ബാധകമായ ആചാര ക്രമങ്ങളോ അനുശാസനങ്ങളോ ഇല്ല. പരസ്പരവിരുദ്ധമായ വിശ്വാസ ങ്ങൾ വച്ചുപുലർത്തുന്നവരെ കാണാനാവുകയും ചെയ്യും. ഏകദൈവ വിശ്വാസികൾ, ബഹുദൈവ വിശ്വാസികൾ, ജീവാത്മാവും പരമാത്മാവു

മുണ്ടെന്ന് വിശ്വസിക്കുന്നവർ, ജീവാത്മാവു മാത്രമേ ഉള്ളു എന്നു കരു തുന്നവർ, ദൈവവുമായി സംവദിക്കുന്നതിന് പുരോഹിതൻ വേണമെന്ന് കരുതുന്നവർ, ദൈവാനുഗ്രഹത്താൽ ഭക്തി മനസ്സിലുണ്ടെങ്കിൽ ഏതൊരു ദൈവവുമായും താദാത്മ്യം പ്രാപിക്കാമെന്ന് കരുതുന്നവർ തുടങ്ങി വ്യത്യസ്ത വിശ്വാസങ്ങൾ വച്ചുപുലർത്തുന്നവരാണ് പൊതുവായി ഹിന്ദു ക്കൾ എന്ന് ഇന്ന് അറിയപ്പെടുന്നവർ. എന്നാൽ ബഹുദൈവ വിശ്വാസവും അതിന് മുകളിലായി അദ്വൈതവാദവും പ്രതിഷ്ഠിച്ചതോടെ നാനാത്വ ത്തിൽ ഏകത്വമെന്ന ധാരണയുണ്ടാക്കി ഈ ഭിന്നതകളെയൊക്കെ മറ ച്ചുവയ്ക്കാൻ മതമേധാവികൾക്കു കഴിഞ്ഞു.

ഹിന്ദുത്വവാദികൾ അവകാശപ്പെടുന്നത് വേദങ്ങളെ ഹിന്ദുക്കളെല്ലാ വരും അംഗീകരിക്കുന്നുണ്ടെന്നാണ്. അത് ശരിയെങ്കിൽ *ഋഗ്വേദത്തിലെ* പുരുഷസൂക്തവും അതിലെ ചാതുർവർണ്ണ്യവും തുടർന്ന് *അഥർവവേദ* ത്തിൽ ചാതുർവർണ്ണ്യത്തിന് നൽകിയിരിക്കുന്ന മേൽ-കീഴ് ബന്ധങ്ങളു മൊക്കെ അംഗീകരിക്കേണ്ടതായി വരും. സ്വാഭാവികമായും ബ്രാഹ്മണ മേധാവിത്വത്തിലാണ് അത് എത്തിച്ചേരുക. അങ്ങനെയെങ്കിൽ തന്നെ ചാതുർവർണ്ണ്യത്തിന് പുറത്തുവരുന്ന അവർണ്ണരും ചണ്ഡാലരും കിരാ തരും കാട്ടാളരുമൊക്കെ ഹിന്ദുക്കളല്ലെന്ന് അംഗീകരിക്കേണ്ടതായി വരും.

ബി ജെ പി പ്രചരിപ്പിക്കുന്ന ഹിന്ദുദേശീയത എന്നത് വ്യാജമായതും ചരിത്രവസ്തുതകൾക്ക് നിരക്കാത്തതുമായ ഒന്നാണെന്നാണ് ഇത് കാണി ക്കുന്നത്. എന്നാൽ സവർക്കർ നൽകിയ ഹിന്ദുവിനുള്ള നിർവ്വചനം ലാലാ ലജ്പത് റായിയെപ്പോലുള്ള കോൺഗ്രസിലെ ആദ്യകാല നേതാക്കളെ പ്പോലും ആനന്ദിപ്പിച്ചിരുന്നുവെന്നാണ് അതടങ്ങിയ പുസ്തകത്തിന്റെ പ്രസാധകർ അവകാശപ്പെടുന്നത്."ഹിന്ദു ആദർശപ്രമാണത്തിന് മൗലി കവും പണ്ഡിതോചിതവുമായ ഏറ്റവും വലിയ സംഭാവനയായി അതിനെ ലാലാലജ്പത്റായ്, പണ്ഡിറ്റ് മദനമോഹന മാളവ്യ തുടങ്ങി അനേകർ പ്രശംസിച്ചതായി അറിയുന്നു" എന്നാണ് പ്രസാധകനായ വി വി കേൽക്കർ അവകാശപ്പെട്ടത്.

6

ഹിന്ദുത്വം

നവോത്ഥാനവും ഹൈന്ദവപുനരുജ്ജീവനവും സമാന്തരമായാണ് ഇന്ത്യയിൽ വളർന്നുവന്നത്. എന്നാൽ അവ പരസ്പരം വെള്ളം കട ക്കാത്ത അറകളിലായി വിഭജിക്കപ്പെട്ടിരുന്നുവെന്ന് ഇതിനർത്ഥമില്ല. അതാണ് നാം മുമ്പൊരു അദ്ധ്യായത്തിൽ പരിശോധിച്ചത്. കോൺഗ്രസ് രൂപീകരിക്കപ്പെട്ടപ്പോൾ അതിലും ഇതിന്റെ പ്രതിഫലനങ്ങളുണ്ടായിരുന്നു. തുടക്കത്തിൽ കോൺഗ്രസിലും മിതവാദ-മതനിരപേക്ഷ നിലപാടു കൾക്കായിരുന്നു സ്വാധീനം. എന്നാൽ ബംഗാൾ വിഭജനത്തോടെ സ്ഥിതി ഗതികളിൽ മാറ്റംവന്നു. ദാദാഭായ് നവറോജിയും ഗോപാലകൃഷ്ണ ഗോഖ ലെയും സുരേന്ദ്രനാഥ ബാനർജിയുമൊക്കെ നേതൃത്വം നല്കിയ ഈ ചിന്താഗതിക്കുമേൽ ബാലഗംഗാധരതിലകനും അരവിന്ദഘോഷും ലാലാ ലജ്പത് റായിയുമൊക്കെ നേതൃത്വം കൊടുക്കുന്ന തീവ്രവാദികൾ കോൺഗ്രസിൽ പിടിമുറുക്കി. അക്രമോത്സുക ഹിന്ദുത്വത്തിന്റെ വളർച്ച യ്ക്കായി ദേശീയ സങ്കല്പനങ്ങളെയും മിത്തുകളെയുമൊക്കെ അവർ ഉപയോഗപ്പെടുത്തി, മഹാരാഷ്ട്രത്തിൽ തിലകൻ ഗണപതി ഉത്സവങ്ങ ളാണുപയോഗിച്ചതെങ്കിൽ ബംഗാളിൽ ദുർഗ്ഗാപൂജയാണ് ജനങ്ങളെ സ്വാത ന്ത്ര്യസമരത്തിൽ അണിനിരത്തുന്നതിനായി പ്രയോജനപ്പെടുത്തിയത്. 'ഭാരതമാത' സങ്കല്പം രൂപംകൊള്ളുന്നത് ഹൈന്ദവ ആശയ പ്രപഞ്ച ത്തിൽ നിന്നാണ്. എന്നാൽ അത് ഒരിക്കലുമൊരു മതാധിഷ്ഠിത രാഷ്ട്രം എന്ന കാഴ്ചപ്പാടിലേക്ക് വഴുതി വീണിരുന്നില്ല. "ഇന്ത്യൻ രാഷ്ട്രീയ ത്തിലെ പൊതുവായ ഘടകം ഹിന്ദുമതശക്തിയാണ്" എന്നുവരെ പറ യാൻ തിലകൻ തയ്യാറായിരുന്നു.

സ്വാമി വിവേകാനന്ദന്റെ ദർശനങ്ങളാൽ സ്വാധീനിക്കപ്പെട്ട് പൊതു രംഗത്തുവന്ന അരവിന്ദഘോഷും ആത്മീയതയിലധിഷ്ഠിതമായ ഒരു ദേശീയപ്രസ്ഥാനത്തിന്റെ കാഴ്ചപ്പാടോടെയാണ് പ്രവർത്തിച്ചിരുന്നത്.

ലാലാലജ്പത്റായിയാകട്ടെ ആര്യസമാജം തന്നിൽ ഹിന്ദുസംസ്കാര ത്തോട് സ്നേഹം തോന്നിപ്പിച്ചു എന്ന് പരസ്യമായി തന്നെ പറഞ്ഞിരു ന്നയാളാണ്. എന്നാൽ ഇവരൊന്നും തന്നെ ഇന്ത്യ ഒരു ഹിന്ദുരാഷ്ട്രമാ വണമെന്ന് ആഗ്രഹിച്ചിരുന്നവരല്ല.

സ്വാതന്ത്ര്യസമരപ്രസ്ഥാനത്തിൽ കടൽവെള്ളത്തിലെ ഉപ്പുപോലെ ചേർന്നുകിടന്നിരുന്ന ഈ ഹിന്ദുത്വ ചിന്താഗതി ഉപ്പുപരലുകളായി രൂപ പ്പെടുന്ന പ്രവണതയാണ് പിന്നീട് ദൃശ്യമാകുന്നത്. ഒരു സാംസ്കാരിക സംഘടനയെന്ന നിലയിൽ പഞ്ചാബിലാണ് ആദ്യമായി ഹിന്ദുസഭ രൂപം കൊള്ളുന്നത്. 1907ലായിരുന്നു ഇത്. ഈ ഹിന്ദുസഭയുടെ നേതൃത്വത്തി ലാണ് പിന്നീട് 1915 ൽ ഹിന്ദുമഹാസഭയുടെ ആദ്യസമ്മേളനം ചേരുന്നത്. കോൺഗ്രസ് നേതാക്കളായിരുന്ന പണ്ഡിറ്റ് മദൻമോഹൻ മാളവ്യയും ലാലാ ലജ്പത്റായിയുമായിരുന്നു അതിന്റെ നേതാക്കൾ. 1920 കളോടെ ഹിന്ദുമഹാസഭ മുസ്ലീം സമുദായത്തിനും ലീഗിനുമെതിരായ നീക്കങ്ങ ളാരംഭിച്ചു. തുടക്കത്തിൽ അതിന് രാഷ്ട്രീയ സ്വഭാവമുണ്ടായിരുന്നില്ല. ഹിന്ദുക്കളുടെ മതപരവും സാമൂഹികവും സാംസ്കാരികവുമായ ഉന്നതി ലക്ഷ്യമാക്കിയാണത് പ്രവർത്തിച്ചിരുന്നത്. കോൺഗ്രസുമായി അതിന് യാതൊരു താല്പര്യസംഘട്ടനങ്ങളുമുണ്ടായിരുന്നില്ലെന്ന് മദൻമോഹൻ മാളവ്യ തന്നെ വ്യക്തമാക്കിയിരുന്നതാണ്. എന്നാൽ ഈ നിലപാട് കാല ക്രമേണ പിൻമാറുകയും 1926 ൽ തെരഞ്ഞെടുപ്പിൽ മത്സരിക്കുന്ന ഒരു സംഘടനയായി ഹിന്ദുമഹാസഭ മാറുകയും ചെയ്തു.

1922 ൽ നിസ്സഹകരണപ്രസ്ഥാനം നിർത്തിവയ്ക്കുന്നതിനിടയാക്കിയ ഹിന്ദു-മുസ്ലീം ലഹളകൾ രാജ്യമെമ്പാടും ഹിന്ദുമഹാസഭയുടെ ഘടക ങ്ങൾ രൂപീകരിക്കുന്നതിന് അരങ്ങൊരുക്കി. ഹിന്ദുഐക്യത്തിന്റേതായ ഒരു ധാര രൂപപ്പെടുത്തുവാൻ ഈ ലഹളകൾക്ക് കഴിഞ്ഞു. മുസ്ലീ ങ്ങൾക്കും മറ്റു സമുദായങ്ങൾക്കുമൊക്കെ പ്രത്യേക നിയോജകമണ്ഡല ങ്ങൾ അനുവദിക്കുന്ന 1932 ലെ സാമുദായിക അവാർഡിനെ ഹിന്ദുമഹാ സഭ ശക്തിയായി എതിർത്തു. കോൺഗ്രസും ഗാന്ധിജിയും മുസ്ലീം പ്രീണ നനയമാണ് സ്വീകരിക്കുന്നതെന്ന് ആക്ഷേപമുയർത്തിയ ഹിന്ദുമഹാസഭ കോൺഗ്രസിൽ നിന്ന് കൂടുതൽ അകന്നു. ആദ്യകാലത്ത് ഹിന്ദുമഹാ സഭ നേതാക്കൾക്കും അനുയായികൾക്കുമൊക്കെ കോൺഗ്രസിലും അംഗ ത്വമുണ്ടായിരുന്നു. ഹിന്ദുമഹാസഭയുടെ നേതാക്കളായിരുന്ന ലാലാലജ്പ ത്റായിയും മദൻമോഹൻ മാളവ്യയും കോൺഗ്രസിന്റെ അഖിലേന്ത്യാ അദ്ധ്യക്ഷൻമാരുമായിരുന്നു. എന്നാൽ 1930 കളുടെ അവസാനത്തോടെ കോൺഗ്രസുകാരാരും ഹിന്ദുമഹാസഭയടക്കം സാമുദായിക സംഘടന കളിൽ അംഗങ്ങളാവരുതെന്ന തീരുമാനം കോൺഗ്രസ് എടുത്തു.

ഹിന്ദുമഹാസഭയ്ക്ക് പ്രത്യയശാസ്ത്രപരമായ അടിത്തറയുണ്ടാക്കി യത് വി ഡി സവർക്കറാണ്. ഹിന്ദുത്വ എന്നാണത് അറിയപ്പെടുന്നത്. കോൺഗ്രസിന്റെ സ്വരാജ്യസങ്കല്പത്തിൽ നിന്ന് വ്യത്യസ്തമായ ഒന്നാണ് അത്.

അഹിന്ദുക്കൾക്ക് രണ്ടാംതരം പൗരന്റെ സ്ഥാനം മാത്രം അനുവദി ച്ചുകൊടുക്കുന്ന ഇടമാണ് ഹിന്ദുത്വം ലക്ഷ്യമാക്കുന്നത്. ഇത് ഹിന്ദുമത ത്തിന്റേതെന്നവകാശപ്പെടുന്നതും സഹിഷ്ണുതാപരവുമായ നാനാത്വ ത്തിൽ ഏകത്വത്തിന്റെ കാഴ്ചപ്പാടല്ല, മറിച്ച് ഹിന്ദുവർഗ്ഗീയതയുടെ പ്രത്യ യശാസ്ത്രമാണ്. അതായത് ഹിന്ദുവും ഹിന്ദുത്വവും തമ്മിൽ അടുപ്പത്തെ ക്കാളേറെ അകൽച്ചയാണുള്ളത്.

1937 മുതൽ 1943 ൽ ശ്യാമപ്രസാദ് മുഖർജി സ്ഥാനമേറ്റെടുക്കുന്ന തുവരെ വി ഡി സവർക്കറായിരുന്നു ഹിന്ദുമഹാസഭയുടെ അദ്ധ്യക്ഷൻ. ശ്യാമപ്രസാദ് മുഖർജി ഹിന്ദുമഹാസഭയുമായി പിന്നീട് ബന്ധം വേർപെ ടുത്തുകയും ഭാരതീയ ജനസംഘം രൂപീകരിക്കുകയും ചെയ്തു.

7
ആർ എസ് എസ്

ഹിന്ദുദേശീയത മുദ്രാവാക്യമാക്കിക്കൊണ്ട് രാഷ്ട്രീയ സ്വയം സേവക് സംഘം രൂപീകരിക്കപ്പെടുന്നത് 1925 ലാണ്. വി ഡി സവർക്കറുടെ ഹിന്ദുത്വ ആശയങ്ങൾ തന്നെയാണ് ആർ എസ് എസും പിൻപറ്റിയിരു ന്നത്. ഒരു വിജയദശമിദിനത്തിൽ 1925 സെപ്തംബറിലാണ് നാഗ്പൂരിൽ വച്ച് ഡോ. കേശവ് ബലിറാം ഹെഗ്ഡേവാർ ആർ എസ് എസിന് രൂപം കൊടുക്കുന്നത്. സർ സംഘചാലക് എന്നാണ് സംഘടനയുടെ പരമാധി കാരിയായ മേധാവി അറിയപ്പെടുന്നത്. തനിക്കുശേഷം ആരാവണം സർസംഘചാലക് എന്നത് നിലവിലുള്ള മേധാവി നിശ്ചയിക്കുകയാണ് ചെയ്യുക. 1939 ൽ *നാം അല്ലെങ്കിൽ നമ്മുടെ ദേശീയത നിർവ്വചിക്കപ്പെ ടുന്നു* എന്ന ഗ്രന്ഥത്തിലൂടെ എന്താണ് ആർ എസ് എസ് ലക്ഷ്യമാക്കു ന്നത് എന്ന കാര്യം രണ്ടാം സംഘചാലക് ആയി അവരോധിതനായ ഗുരുജി ഗോൾവാൾക്കർ വ്യക്തമാക്കി. സവർക്കറുടെ ഹിന്ദുത്വം അതേ പടി അവതരിപ്പിക്കുകയാണ് ഗോൾവാൾക്കർ ചെയ്തത്. രാഷ്ട്രീയത്തിൽ നിന്ന് മതത്തെ വേർപെടുത്തുന്നതിനോട് അദ്ദേഹം യോജിച്ചിരുന്നില്ല. "നമ്മുടെ ദേശീയ ജീവിതത്തിൽ നിന്ന് നമുക്ക് മതത്തെ ഒഴിവാക്കാനാ വില്ല; അങ്ങനെ ചെയ്യുന്നതിനർത്ഥം നമ്മുടെ വംശീയബോധത്തിൽ, കാല ങ്ങളായി നാം ജീവിച്ചുപോന്ന വിശ്വാസങ്ങളിലും ലക്ഷ്യത്തിലും വിശ്വാ സമില്ലാത്തവരായി നാം മാറുകയെന്നതാണ്" എന്നതായിരുന്നു ഗോൾവാൾക്കറുടെ കാഴ്ചപ്പാട്.

എന്താണ് ഹിന്ദുരാഷ്ട്രം എന്ന് ഗോൽവാൾക്കർ വ്യക്തമാക്കിയിട്ടു ണ്ട്. "ഒരു സമ്പൂർണ്ണരാഷ്ട്രത്തിന് ആവശ്യമായ ഘടകങ്ങളെല്ലാം ഹിന്ദു ജനതയുടെ ജീവിതത്തിനുണ്ട്. അതുകൊണ്ട് നമ്മുടെ ഈ രാജ്യത്ത്, ഭാരതത്തിൽ, ഹിന്ദുജനതയുടെ ജീവിതമാണ് ദേശീയ ജീവിതം." ചുരു ക്കത്തിൽ ഇതാണ് ഹിന്ദുരാഷ്ട്രം. ദേശീയജീവിതമെന്നാൽ ഹിന്ദുജന

തയുടെ ജീവിതമാണെന്ന കാര്യം അർത്ഥശങ്കയ്ക്കിടയില്ലാതെ വ്യക്ത മാക്കുകയാണ് ഗോൾവാൾക്കർ ചെയ്തിരിക്കുന്നത്.

ആർ എസ് എസ് സ്ഥാപിച്ചതിനു ശേഷം ഡോ. ഹെഗ്ഡേവാർ കോൺഗ്രസിലും ഹിന്ദുമഹാസഭയിലും പ്രവർത്തനം തുടർന്നു. സെൻട്രൽ പ്രോവിൻസിലെ കോൺഗ്രസ് കമ്മിറ്റി അംഗമായി അദ്ദേഹം തെരഞ്ഞെടുക്കപ്പെട്ടിരുന്നു. 1928ൽ കൽക്കത്ത സമ്മേളനത്തിൽ അദ്ദേഹം പ്രതിനിധിയായി തെരഞ്ഞെടുക്കപ്പെടുകയും ചെയ്തിരുന്നു. 1940 ജൂണിൽ ഹെഗ്ഡേവാർ നിര്യാതനായി. അദ്ദേഹത്തിന്റെ നിർദ്ദേശാ നുസരണം എം എസ് ഗോൾവാൾക്കർ സർസംഘചാലകായി അധികാ രമേറ്റു. ഗോൾവാൾക്കറുടെ കാലത്താണ് ഗാന്ധിവധം നടക്കുന്നത്. ഗാന്ധി വധവും ആർ എസ് എസും തമ്മിലുള്ള ബന്ധം പ്രത്യേകം ചർച്ചയ്ക്ക് വിധേയമാക്കുന്നുണ്ട്. ഗാന്ധിവധത്തോടെ ജനമനസ്സുകളിൽ നിന്ന് നിഷ്കാസനം ചെയ്യപ്പെട്ടതോടെയാണ് ഭാരതീയ ജനസംഘം എന്നൊരു രാഷ്ട്രീയ പ്പാർട്ടിയിലൂടെ പുതിയൊരു പ്രവർത്തനമുഖം തുറക്കാൻ ആർ എസ് എസ് തീരുമാനിക്കുന്നത്.

ഇതിനിടയിൽ ഗാന്ധിവധത്തെ തുടർന്ന് നിരോധനം നേരിട്ട ആർ എസ് എസിന് കോൺഗ്രസിൽ അംഗത്വം നൽകാൻ കോൺഗ്രസ് വർക്കിങ് കമ്മിറ്റി തീരുമാനിച്ചിരുന്നു. ആർ എസ് എസുകാർക്ക് കോൺഗ്ര സിൽ അംഗത്വം നൽകുന്നതിനെ ശക്തിയായി എതിർത്ത ജവാഹർലാൽ നെഹ്റു വിദേശപര്യടനത്തിനിടയിലായിരുന്ന സമയത്താണ് ഈ തീരു മാനമെടുത്തത്. എന്നാൽ തിരിച്ചെത്തിയ നെഹ്റുവിന്റെ ശക്തമായ എതിർപ്പിനെത്തുടർന്ന് 1949 നവംബറിൽ ആ തീരുമാനം റദ്ദാക്കപ്പെട്ടു.

ഇന്ത്യാ ചൈന യുദ്ധകാലത്ത് ദേശരക്ഷയ്ക്കായി ജവാഹർലാൽ നെഹ്റു ആർ എസ് എസിനെ ക്ഷണിച്ചതോടെ അവർക്ക് നഷ്ടപ്പെട്ട അന്തസ്സ് തിരിച്ചുകിട്ടി. ഇന്ത്യാ പാക് യുദ്ധകാലത്ത് മുസ്ലീം വിരോധം ആളിക്കത്തിക്കാനവസരം കിട്ടിയതോടെ വർദ്ധിത അന്തസ്സുമായി അവർ രംഗത്തിറങ്ങി.

8

ജനസംഘം

ആയിരത്തിത്തൊള്ളായിരത്തി അൻപത്തിയൊന്ന് ഒക്ടോബർ 21
നാണ് ഡോ. ശ്യാമപ്രസാദ് മുഖർജി അദ്ധ്യക്ഷനായി ഭാരതീയ ജന
സംഘം എന്ന പാർട്ടി രൂപംകൊള്ളുന്നത്. ഗാന്ധിവധം വരെ ഹിന്ദുമ
ഹാസഭക്കാരനായിരുന്ന ശ്യാമപ്രസാദ് അതുമായുള്ള ബന്ധം ഉപേക്ഷി
ച്ചുവെന്നാണ് പറയപ്പെടുന്നത്. തുടർന്ന് അദ്ദേഹം നെഹ്റുവിന്റെ ക്യാബി
നറ്റിൽ അംഗവുമായി. കിഴക്കൻ ബംഗാളിലെ ഹിന്ദുക്കളെ സംബന്ധിച്ച്
നെഹ്റുവും ലിയാഖത്ത് അലിഖാനുമായുണ്ടായ ഉടമ്പടിയിൽ പ്രതിഷേ
ധിച്ചാണ് ശ്യാമപ്രസാദ് ക്യാബിനറ്റിൽ നിന്ന് രാജിവയ്ക്കുന്നത്. ഗാന്ധി
വധത്തെ തുടർന്ന് ആർ എസ് എസ് നിരോധിക്കപ്പെട്ടിരുന്നു. നിരോധന
കാലത്ത് ആർ എസ് എസിന്റെ സംഘടനാശേഷി ഉപയോഗപ്പെടുത്തി
ഒരു രാഷ്ട്രീയ പാർട്ടി രൂപീകരിക്കുന്നതിനെക്കുറിച്ചുള്ള ആലോചനകൾ
നടന്നിരുന്നു. എന്നാൽ അത് ആർ എസ് എസിന്റെ നിരോധനം നീട്ടി
ക്കൊണ്ടുപോകുന്നതിനിടയാക്കും എന്ന ധാരണയാണ് ഗോൾവാൾ
ക്കർക്കുണ്ടായിരുന്നത്. മാത്രമല്ല അദ്ദേഹം ആർ എസ് എസ് അരാഷ്ട്രീയ
സ്വഭാവമുള്ള ഒരു സംഘടനായി പ്രവർത്തിക്കുന്നതാണ് എന്ന്
ഗവൺമെന്റിന് ഉറപ്പുനൽകുകയും ചെയ്തിരുന്നു. അങ്ങനെയാണ് ആർ
എസ് എസിന്റെ പിന്തുണയോടെ ഒരു രാഷ്ട്രീയപ്പാർട്ടി എന്ന ആശയ
ത്തിന് മുൻതൂക്കം കിട്ടുകയും ജനസംഘം രൂപീകരിക്കപ്പെടുകയും
ചെയ്തത്. 1952 ലെ പൊതുതെരഞ്ഞെടുപ്പിൽ ജനസംഘം മത്സരിക്കു
കയും ലഭിച്ച വോട്ടുകളുടെ അടിസ്ഥാനത്തിൽ അതിന് ഒരു അഖി
ലേന്ത്യാ പാർട്ടിയായി അംഗീകാരം ലഭിക്കുകയും ചെയ്തു.

'ഏക ദേശീയത, ഏക സംസ്കാരം, ഏക ജനത' എന്ന പ്രത്യക്ഷ
ത്തിൽ നിരുപദ്രവകരമെന്ന് തോന്നിയേക്കാവുന്ന മുദ്രാവാക്യമാണ് ജന
സംഘം ഉയർത്തിയത് എങ്കിലും 'ഹിന്ദുദേശീയത, ഹിന്ദുസംസ്കാരം,

ഹിന്ദുജനത' എന്ന ആപല്ക്കരമായ ആശയമാണ് അതിന് പിന്നിൽ ഒളി പ്പിച്ചിരുന്നത്. അവരുടെ സാമ്പത്തിക നയം ദീനദയാൽ ഉപാദ്ധ്യായയുടെ 'ഏകാത്മ മാനവികത' എന്ന സിദ്ധാന്തത്തെ ആസ്പദമാക്കിയുള്ളതാ യിരുന്നു. മുതലാളിത്തത്തിനും സോഷ്യലിസത്തിനും ബദലായി ദേശീയ മൂല്യങ്ങളിൽ അധിഷ്ഠിതമായ ഒരു സാമ്പത്തിക നയമാണത് എന്നായി രുന്നു അവകാശവാദം. എന്നാൽ അത് ഫലത്തിൽ മുതലാളിത്തം തന്നെ യായിരുന്നു. 'സർവ്വോദയം', 'ജനാധിപത്യ സോഷ്യലിസം' എന്നൊക്കെ തങ്ങളുടെ നയത്തിന് അവർ വിശേഷണങ്ങൾ ചേർക്കാറുണ്ട്.

ഹിന്ദുക്കളെയാകെ സ്വന്തം കൊടിക്കീഴിലണിനിരത്താനാണ് ജന സംഘം ലക്ഷ്യമിട്ടതെങ്കിലും അതിന്റെ സ്വാധീനം ഹിന്ദിമേഖലയിൽ മാത്ര മായി ഒതുങ്ങിനിന്നു. ഗാന്ധിവധത്തോടെ അപ്രത്യക്ഷമായ ഹിന്ദുമഹാ സഭയുടെ ഒഴിവുനികത്താനൊരു പ്രസ്ഥാനം എന്ന നിലയാണ് ജനസം ഘത്തിന് കൈവന്നിരുന്നത്. 1952 മുതൽ 1971 വരെയുള്ള തെരഞ്ഞെടു പ്പിൽ ജനസംഘത്തിന് നേടാനായ ജനസ്വാധീനമാണ് പട്ടിക 1-ൽ വ്യക്ത മാക്കുന്നത്.

പട്ടിക-1

വർഷം	വോട്ട് ശതമാനം	മത്സരിച്ച സീറ്റ്	ജയിച്ചത്
1952	3.06	92	3
1957	5.93	130	4
1962	6.44	195	14
1967	9.41	250	35
1971	7.35	159	22

ഏകാധിപത്യത്തിലേക്ക് നീങ്ങിക്കൊണ്ടിരുന്ന ശ്രീമതി ഗാന്ധിയുടെ ജനവിരുദ്ധനയങ്ങൾക്കെതിരെ 1973-74 കാലത്ത് ഉയർന്നുവന്ന ജെ പി പ്രസ്ഥാനത്തിൽ ജനസംഘവും പങ്കാളിയായി. തുടർന്ന് പ്രഖ്യാപിക്ക പ്പെട്ട അടിയന്തരാവസ്ഥയ്ക്കെതിരെയും ജനസംഘം പ്രവർത്തിച്ചു. ജെ പി പ്രസ്ഥാനം ജനതാ പാർട്ടിയായി രൂപാന്തരം പ്രാപിച്ചപ്പോൾ സംഘ ടന കോൺഗ്രസ്, ഭാരതീയ ലോക്ദൾ, സംയുക്ത സോഷ്യലിസ്റ്റ് പാർട്ടി എന്നിവയോടൊപ്പം ജനസംഘവും അതിൽ ലയിച്ചു. ജനതാ പാർട്ടിയുടെ പേരിൽ ജയിച്ചുവന്നവരിൽ മൂന്നിലൊന്നും മുൻ ജനസംഘക്കാരായിരുന്നു. അവർ ആർ എസ് എസ് അംഗത്വം തുടർന്നു. അതുപയോഗപ്പെടുത്തി മന്ത്രിസഭയെ പിൻസീറ്റിലിരുന്നുകൊണ്ട് നയിക്കാൻ ആർ എസ് എസ് ശ്രമിച്ചു. ഈ ദ്വയാംഗത്വം ജനതാപാർട്ടിയിൽ ഭിന്നിപ്പിനിടയാക്കി. 1980 മാർച്ച് 18 ന് ചേർന്ന അവശിഷ്ട ജനതാപാർട്ടിയുടെ പാർലമെന്ററി ബോർഡ് ജനതാപാർട്ടി അംഗങ്ങൾ ആർ എസ് എസിന്റെ പ്രവർത്തന ങ്ങളിൽ പങ്കെടുക്കരുതെന്ന് തീരുമാനിച്ചു. എ ബി വാജ്പേയ്, എൽ കെ അദ്വാനി, നാനാജി ദേശ്മുഖ് എന്നിവർ ഈ തീരുമാനത്തിനെതിരെ പര

സ്യമായി രംഗത്തുവന്നു. അവർ ജനതാപാർട്ടി വിട്ടു. 1980 ഏപ്രിൽ 5,6 തീയതികളിൽ ഒരു സമ്മേളനം വിളിച്ചു ചേർത്ത് അവർ പുതിയ പാർട്ടി പ്രഖ്യാപിച്ചു. അതാണ് ഭാരതീയ ജനതാപ്പാർട്ടി. ജനസംഘത്തിന്റെ പുന രവതാരം.

ഏകാത്മ മാനവികതയോടൊപ്പം ദേശീയത, ദേശീയോദ്ഗ്രഥനം, ജനാധിപത്യം, ക്രിയാത്മക മതനിരപേക്ഷത, ഗാന്ധിയൻ സോഷ്യലിസം, മൂല്യാധിഷ്ഠിത രാഷ്ട്രീയം എന്നിവയൊക്കെയാണ് ബി ജെ പി യുടെ ലക്ഷ്യങ്ങളായി പ്രഖ്യാപിക്കപ്പെട്ടത്. ഒരു ഹൈന്ദവക്ഷേമരാഷ്ട്രം എന്ന് വിലയിരുത്താവുന്ന കാഴ്ചപ്പാട്. ഗാന്ധിവധത്തിന്റെ കറ കഴുകിക്കളയാൻ ഗാന്ധിയൻ സോഷ്യലിസം എന്ന മുദ്രാവാക്യം. എന്നാൽ ഏട്ടിലെ പശു പുല്ലുതിന്നില്ല എന്നാണ് ബി ജെ പി യുടെ ചരിത്രം തെളിയിക്കുന്നത്.

9
അഖിലേന്ത്യാ മുസ്ലീംലീഗ്

ആയിരത്തിത്തൊള്ളായരത്തി അഞ്ചിൽ നടത്തിയ ബംഗാൾ വിഭ ജനം ജനരോഷത്തെത്തുടർന്ന് 1911 ൽ പിൻവലിക്കേണ്ടതായി വന്നുവെ ങ്കിലും അതുകൊണ്ട് സാമ്രാജ്യത്വശക്തികൾ എന്താണോ ഉദ്ദേശിച്ചത് അത് നേടിയെടുക്കാനവർക്ക് കഴിഞ്ഞു. 1906 ൽ പഞ്ചാബിൽ ഹിന്ദുസ ഭയും അതേവർഷം ഡിസംബരിൽ തന്നെ ഡാക്കയിൽ അഖിലേന്ത്യാ മുസ്ലീംലീഗും രൂപംകൊണ്ടു. ഹിന്ദുസഭ, ഹിന്ദു മഹാസഭയായും ആർ എസ് എസായും ജനസംഘമായും അവസാനം ബി ജെ പി യായുമൊക്കെ വളർന്നത് നാം മറ്റൊരിടത്ത് പരിശോധിച്ചിട്ടുണ്ട്.

ബംഗാൾ വിഭജിക്കാൻ തീരുമാനിച്ച കഴ്സൺ പ്രഭു തന്റെ സൈന്യാ ധിപനായ കിച്ച്നർ പ്രഭുവുമായുള്ള അഭിപ്രായവ്യത്യാസം രൂക്ഷമായ തിനെ തുടർന്ന് ഇന്ത്യ വിട്ടെങ്കിലും അഖിലേന്ത്യാ ലീഗിന് ബംഗാൾ വിഭ ജനത്തിനോട് യോജിപ്പായിരുന്നു. മുസ്ലീങ്ങളിലെ വരേണ്യവിഭാഗത്തിന്റെ കാഴ്ചപ്പാടാണ് ലീഗിലൂടെ പ്രകടമായത്. 1871 ൽ ബ്രിട്ടീഷ് ഇന്ത്യയിൽ നടത്തിയ കനേഷുമാരി കണക്കെടുപ്പിലൂടെയാണ് ഇന്ത്യയിലെ മുസ്ലീം ഭൂരിപക്ഷ പ്രദേശങ്ങളെക്കുറിച്ച് വ്യക്തമായി മനസ്സിലാക്കാനായത്. ഇത് ആര്യസമാജത്തെ പ്രകോപിപ്പിച്ചു. അങ്ങനെ പ്രക്ഷോഭങ്ങളിൽ ഗോസം രക്ഷണം കൂടാതെ മുസ്ലീങ്ങൾ ഹിന്ദുമതത്തിലേക്ക് 'പുനഃപരി വർത്തന'ത്തിന് തയ്യാറാവണമെന്ന മുദ്രാവാക്യം കൂടി ഉയർത്തപ്പെട്ടു. മറുഭാഗത്താകട്ടെ കോൺഗ്രസിന്റെ മറവിലാണെങ്കിലും ഭരണരംഗത്ത് ഹിന്ദുസാന്നിദ്ധ്യം വർദ്ധിക്കുന്നത്, അത് വഴി ഹിന്ദുക്കൾക്ക് കൂടുതൽ അധികാരം ലഭിക്കുന്നതിനിടയാക്കുമെന്ന ധാരണ മുസ്ലീങ്ങളിൽ പടർത്തി. ഹിന്ദു- ഉറുദു വിവാദത്തിലും ഗോവധ നിരോധന പ്രക്ഷോഭങ്ങളിലു മൊക്കെ ഉണ്ടായ കേന്ദ്രീകരണങ്ങൾ, ലഹളകൾ ഒക്കെ ചേരിതിരിവി ലേക്ക് നയിച്ചു. സ്വാതന്ത്ര്യസമര പ്രതീകമായി തിലകനും ലാലാ ലജ്പ

ത്റായിയുമൊക്കെ കാളിയെ ഉയർത്തിക്കാണിക്കാൻ ശ്രമിച്ചത് അകലം വർദ്ധിപ്പിച്ചു. 'വന്ദേമാതരം' സ്വാതന്ത്ര്യസമരഗീതമായി ഉയർന്നുവന്നത് മുസ്ലീങ്ങളിൽ സംശയം ജനിപ്പിച്ചു. ബങ്കിംചന്ദ്ര ചാറ്റർജിയുടെ *ആനന്ദ മഠം* ആക്രമണകാരികൾക്കെതിരെ പോരാടുന്ന ഹിന്ദുക്കളുടെ കഥയാണ് പറഞ്ഞിരുന്നത്. അതിൽ നിന്നെടുത്തതാണ് 'വന്ദേമാതരം' എന്നതാണ് സംശയത്തിനിടയാക്കിയത്. ഈയൊരു പശ്ചാത്തലത്തിൽ മുസ്ലീം ഭൂരി പക്ഷമുള്ള ഒരു പ്രവിശ്യ രൂപീകരിക്കപ്പെടുന്നത് മുസ്ലീങ്ങൾക്ക് രാഷ്ട്രീ യാധികാരം കൈയ്യാളുന്നതിന് സഹായകമാവും എന്ന് കണ്ട് ഡാക്കാ നവാബും ഖാജാ സലീമുള്ളയുമൊക്കെയാണ് ലീഗ് രൂപീകരണത്തിന് മുൻകൈയെടുത്ത് പ്രവർത്തിച്ചത്.

ഇങ്ങനെ അഖിലേന്ത്യാ മുസ്ലീംലീഗിന് അതിന്റെ ഉത്ഭവത്തിൽ തന്നെ കോൺഗ്രസ് വിരുദ്ധതയുടെയും ബ്രിട്ടീഷ് സൗഹൃദത്തിന്റേതുമായ ഒരു പശ്ചാത്തലമുണ്ടായിരുന്നുവെങ്കിലും സാർവ്വദേശീയ സ്ഥിതിഗതികൾ കോൺഗ്രസ്-ലീഗ് സഖ്യത്തിന് വഴിതെളിച്ചു. ഒന്നാം ലോകയുദ്ധത്തിൽ ജർമ്മനിയുടെ സഖ്യശക്തിയായിരുന്നു തുർക്കി. തുർക്കി സുൽത്താൻ ഖലീഫയെന്നാണ് അറിയപ്പെട്ടിരുന്നത്. മുസ്ലീങ്ങളുടെ വിശുദ്ധ കേന്ദ്ര ങ്ങളായ മെഖയുടെയും മദീനയുടെന്നും ജെറുസലേമിന്റെയുമൊക്കെ രക്ഷാധികാരിയായിട്ടാണ് തുർക്കി സുൽത്താൻ അറിയപ്പെട്ടിരുന്നത്. തുർക്കി ബ്രിട്ടീഷുകാരുടെ ശത്രുപക്ഷത്തുവന്നതോടെ ബ്രിട്ടീഷുകാർ ഇന്ത്യയിൽ എടുത്തുവരുന്ന മതപരമായ നിഷ്പക്ഷതയിൽ മുസ്ലീങ്ങൾക്ക് സംശയമുളവായി. ബംഗാൾ പുനരേകീകരിക്കകൂടി ചെയ്തതോടെ ഈ സംശയം ശക്തിപ്പെട്ടു. തുടർന്ന് ലഖ്നൗ സന്ധിയിൽ ലീഗ് കോൺഗ്ര സിനൊപ്പം നിന്നു. പകരം കോൺഗ്രസ് പ്രവിശ്യാ നിയമനിർമ്മാണ സഭ കളിലും ഇംപീരിയൽ നിയമനിർമ്മാണസഭയിലും മുസ്ലീങ്ങൾക്ക് പ്രത്യേക നിയോജകമണ്ഡലങ്ങൾ എന്ന പദ്ധതി അംഗീകരിച്ചുകൊടുത്തു.

'പാകിസ്ഥാൻ', 'പവിത്രഭൂമി' എന്ന സങ്കല്പനം ആദ്യമായി അവ തരിപ്പിക്കപ്പെടുന്നത് ചൗധരി റഹ്മത്ത് അലി 1933 ൽ എഴുതിയ *ഇപ്പോൾ അല്ലെങ്കിൽ ഒരിക്കലുമില്ല* എന്ന ലഘുലേഖയിലാണ്. പഞ്ചാബ്, അഫ്ഗാനിയ, കാശ്മീർ, സിന്ധ്, ബലൂചിസ്ഥാൻ തുടങ്ങിയ പ്രദേശങ്ങൾ ഉൾക്കൊള്ളുന്ന പുതിയൊരു രാഷ്ട്രമായാണ് പാകിസ്ഥാൻ എന്ന സങ്കല്പനം ആ ലഘുലേഖയിൽ അവതരിപ്പിച്ചിരുന്നത്. എന്നാൽ ഇതിന് രാഷ്ട്രീയശ്രദ്ധ ആകർഷിക്കുന്നതിന് അന്ന് കഴിഞ്ഞില്ല. ഇന്ത്യൻ ഭരണ ഘടനാ പരിഷ്ക്കാരങ്ങൾക്കായി രൂപീകരിച്ചിരുന്ന മുസ്ലീം പ്രതിനിധി സംഘം ഈ സങ്കല്പനത്തെ 'അപ്രായോഗികവും സാങ്കല്പിക'വുമെന്ന് പറഞ്ഞ് തള്ളിക്കളയുകയാണ് ചെയ്തത്.

1935 ൽ ഗവൺമെന്റ് ഓഫ് ഇന്ത്യാ ആക്ട് അംഗീകരിച്ചതോടെ പ്രവിശ്യാ സ്വയംഭരണം വർദ്ധിക്കുകയും വോട്ടർമാരുടെ എണ്ണം 35 ലക്ഷ മായി വർദ്ധിക്കുകയും ചെയ്തു. അതിലുപരി ക്രമസമാധാനവിഷയങ്ങൾ പ്രവിശ്യാ കൗൺസിലുകളുടെ അധികാരപരിധിയിലായി. ഹിന്ദുമേധാവി

ത്വത്തിന് ഇത് വഴിവയ്ക്കുമോ എന്ന സംശയം സ്വാഭാവികമായും മുസ്ലീം ജനവിഭാഗത്തിനിടയിലുണ്ടായി. 1937 ൽ നടന്ന പ്രവിശ്യാതെരഞ്ഞെടു പ്പുകളിൽ മുസ്ലീം ഭൂരിപക്ഷപ്രദേശങ്ങളിൽ ലീഗ് നല്ല പ്രകടനം കാഴ്ച വച്ചു. 482 മുസ്ലീം നിയോജകമണ്ഡലങ്ങളിൽ കോൺഗ്രസ് 58 മണ്ഡല ങ്ങളിൽ മത്സരിച്ചെങ്കിലും അവർക്ക് നേടാനായത് 26 സീറ്റുകൾ മാത്രമാ യിരുന്നു. കോൺഗ്രസ് ജയിച്ച ഐക്യപ്രവിശ്യയിൽ ലീഗുമായി അധി കാരം പങ്കിടാൻ കോൺഗ്രസിന് സമ്മതമായിരുന്നു. പക്ഷേ അതിന് ലീഗ് മുസ്ലീം ജനവിഭാഗത്തിന്റെ മാത്രം പ്രതിനിധിയായി മേലിൽ പ്രവർത്തി ക്കരുതെന്ന നിബന്ധനയാണ് കോൺഗ്രസ് മുന്നോട്ടുവച്ചത്. ലീഗ് ഈ നിബന്ധന തള്ളി. ഫലത്തിൽ കോൺഗ്രസ് വീണ്ടും മുസ്ലീം ജനവിഭാ ഗങ്ങളിൽ നിന്ന് ഒറ്റപ്പെടുന്നതിനാണ് ഈ വാഗ്ദാനവും നിബന്ധനയും ഇടയാക്കിയത്. ഐക്യപ്രവിശ്യയിൽ ഭരണമേറ്റ കോൺഗ്രസ് ഗോസംര ക്ഷണത്തിനും ഹിന്ദിഭാഷ ഉപയോഗത്തിനും മുൻകൈയെടുത്ത് അവരെ മുസ്ലീം വരേണ്യജനവിഭാഗത്തിൽ നിന്ന് കൂടുതൽ അകറ്റി. കോൺഗ്രസ് ഭരിച്ചുകൊണ്ടിരിക്കുന്ന പ്രവിശ്യകളിലെ മുസ്ലീങ്ങളുടെ സ്ഥിതി സംബന്ധിച്ച് മുസ്ലീംലീഗ് സ്വന്തമായ പഠനം നടത്തി. നിറം പിടിപ്പിച്ച കഥകളാണ് റിപ്പോർട്ടുകളിൽ വന്നത്. ഹിന്ദുമേധാവിത്വത്തെ കുറിച്ച് മുസ്ലീം ജനങ്ങൾക്കിടയിൽ ഭയം ജനിപ്പിക്കുംവിധമായിരുന്നു റിപ്പോർട്ടുകൾ. സ്വതന്ത്ര ഇന്ത്യയിൽ കോൺഗ്രസ് അധികാരത്തിൽ വന്നാൽ മുസ്ലീങ്ങൾക്ക് രക്ഷയുണ്ടാവില്ല എന്ന ധാരണ പരത്താൻ ഇത് ഇടയാക്കി. 1939 ൽ രണ്ടാം ലോകമഹായുദ്ധം പൊട്ടിപ്പുറപ്പെട്ടപ്പോൾ ഇന്ത്യൻ നേതൃത്വത്തോട് ആലോചിക്കാതെ ലിൻലിത്ഗോപ്രഭു ഇന്ത്യ യ്ക്കുവേണ്ടി യുദ്ധം പ്രഖ്യാപിച്ചു. ഇതിൽ പ്രതിഷേധിച്ച് പ്രവിശ്യാ ഗവൺമെന്റുകളിൽ നിന്ന് കോൺഗ്രസ് രാജിവച്ചു. എന്നാൽ ബ്രിട്ടീഷ് രക്ഷാകർതൃത്വത്തിൻ കീഴിൽ പ്രവർത്തിച്ചിരുന്ന ലീഗ് ഇതിനോട് യോജി ച്ചില്ല. അവർ യുദ്ധത്തിൽ ബ്രിട്ടനെ സഹായിക്കുകയും കോൺഗ്രസ് ഭര ണത്തിൽ നിന്നുള്ള 'വിമോചനദിന'മാചരിക്കുകയുമാണ് ചെയ്തത്. തുടർന്നാണ് ലാഹോർ സമ്മേളനത്തിൽ വച്ച് ലീഗ് അംഗീകരിച്ച പ്രമേ യത്തിൽ പാകിസ്ഥാൻ വാദം ഉയർത്തിയത്. ഇന്ത്യയിലെ മുസ്ലീം ഭൂരി പക്ഷ പ്രദേശങ്ങൾ ചേർത്ത് പാകിസ്ഥാൻ എന്ന പേരിൽ പരമാധികാര രാഷ്ട്രം രൂപീകരിക്കണമെന്ന് ലീഗ് ആവശ്യപ്പെട്ടു.

1946 ആഗസ്ത് 16 ലീഗ് നേതാവ് മുഹമ്മദാലി ജിന്ന 'പ്രത്യക്ഷസമ രദിനം' ആയി പ്രഖ്യാപിച്ചു. ബ്രിട്ടീഷ് ഇന്ത്യയിൽ മുസ്ലീം മാതൃരാജ്യം എന്ന മുദ്രാവാക്യമുയർത്തിയാണ് സമരപ്രഖ്യാപനം നടത്തിയത്. 16 ന് സായുധരായ മുസ്ലീം യുവാക്കൾ ഒക്ടർലോണി സ്മാരകത്തിന് മുമ്പിൽ സംഘടിച്ചു. ബംഗാൾ മുഖ്യമന്ത്രിയായ സുഹ്രാവർദ്ദിയുടെ വാക്കുകൾക്ക് കാതോർത്താണ് അവർ സംഘം ചേർന്ന് അവിടെ എത്തിയത്. അദ്ദേഹം നേരിട്ട് ആക്രമണത്തിന് ആഹ്വാനം നൽകിയില്ല; എന്നാൽ അവർ കാണി ക്കുന്ന അതിക്രമങ്ങൾക്കെതിരെ പോലീസിനെയോ സൈന്യത്തെയോ

ഉപയോഗപ്പെടുത്തുകയില്ല എന്ന സന്ദേശമാണ് സുഹ്റാവർദ്ദിയിൽ നിന്ന് കിട്ടിയത്. എന്തായാലും പ്രത്യക്ഷസമരം വർഗ്ഗീയലഹളയിലേക്കാണ് നയിച്ചത്. ലഹള ബീഹാറിലേക്കും ഐക്യപ്രവിശ്യയിലേക്കും റാവൽപിണ്ടിയിലേക്കുമൊക്കെ വ്യാപിച്ചു. 1947 ജൂണിൽ കോൺഗ്രസ് നേതാക്കളായ നെഹ്റു, അബ്ദുൽ കലാം ആസാദ്, മുസ്ലീംലീഗ് നേതാവായ മുഹമ്മദലി ജിന്ന, അധഃസ്ഥിത വിഭാഗത്തെ പ്രതിനിധീകരിച്ച് ബി ആർ അംബേദ്ക്കർ, സിഖുക്കാരെ പ്രതിനിധീകരിച്ച് മാസ്റ്റർ ധാരാസിങ് എന്നിവർ ചേർന്ന് ഗാന്ധിജിയുടെ എതിർപ്പിനെ അവഗണിച്ച് ഇന്ത്യാ വിഭജനം അംഗീകരിച്ചു. ലീഗ് പാകിസ്ഥാനിലെ ഭരണകക്ഷിയായി മാറി. എന്നാൽ ഒരേ മതവിശ്വാസമുണ്ടായതുകൊണ്ടുമാത്രം ഒരു രാഷ്ട്രത്തിലെ ജനതയെ യോജിപ്പിച്ചുനിർത്താനാവില്ലെന്ന് തെളിയിച്ചുകൊണ്ട് കിഴക്കൻ പാകിസ്ഥാൻ 1970 ൽ ബംഗ്ലാദേശ് എന്ന സ്വതന്ത്ര രാഷ്ട്രമായി മാറി.

10

ജമാ അത്തെ ഇസ്ലാമി

അഖിലേന്ത്യാ മുസ്ലീംലീഗിന്റെ ചരിത്രം സാങ്കേതികമായി പറ
ഞ്ഞാൽ ഇന്ത്യയെ സംബന്ധിച്ചിടത്തോളം 1947 ആഗസ്റ്റ് 15 ന് അവസാ
നിക്കുകയാണ്. ഇന്ത്യൻ യൂണിയൻ മുസ്ലീംലീഗിന്റെ ചരിത്രമാണിനി പരി
ശോധിക്കേണ്ടത്. എന്നാൽ അതിനുമുമ്പെ പരിശോധിക്കേണ്ട തികഞ്ഞ
വർഗ്ഗീയവാദിയായ മറ്റൊരു സംഘടനയുണ്ട്. അതാണ് ജമാ അത്തെ
ഇസ്ലാമി. 1941 ൽ പഞ്ചാബിലെ പത്താൻകോട്ടിൽ വച്ചാണ് അതിന്റെ
സ്ഥാപകസമ്മേളനം നടന്നത്. മൗലാന അബ്ദുൾ അലി മൗദൂദിയായി
രുന്നു അദ്ധ്യക്ഷൻ. 70 പേരാണ് സ്ഥാപകസമ്മേളനത്തിൽ പങ്കെടുത്തത്.
മറ്റു സംഘടനകളെല്ലാം ദേശീയ സ്വാതന്ത്ര്യസമരത്തിൽ മുഴുകിയിരുന്ന
ആ സമയത്ത് അതിൽ നിന്നും മുസ്ലീങ്ങളെ ഒഴിച്ചുനിർത്തുക എന്നതാ
യിരുന്നു ആ സംഘടനയുടെ സ്ഥാപനോദ്ദേശ്യം.

ദുവാതെ-ജമായത്ത്-ഇസ്ലാമി എന്ന അവരുടെ പുസ്തകത്തിൽ
ദേശീയവും ഭൂപരവുമായ അതിർത്തികൾക്കൊക്കെ ഉപരിയായിരിക്കും
തങ്ങളുടെ പ്രവർത്തനം എന്നവർ പ്രഖ്യാപിച്ചു. ഏതെങ്കിലും പ്രത്യേക
കാര്യത്തിന്റെയോ സമുദായത്തിന്റെയോ താൽക്കാലികവും നിസ്സാരവും
ആയ പ്രശ്നങ്ങളിൽ തങ്ങൾ ഇടപെടുകയില്ലെന്നും തങ്ങളുടെ പ്രസ്ഥാനം
ഇസ്ലാം ആണെന്നും അവരുടെ നേതാക്കൾ അവകാശപ്പെട്ടു.

"അതിന്റെ വിശ്വാസങ്ങളും ലക്ഷ്യങ്ങളും സംഘടനയുടെ ഘടനയും
സംവിധാനവും എല്ലാംതന്നെ, പരമ്പരയാ ഇസ്ലാമിന്റേത് എങ്ങനെയായി
രുന്നുവോ അതുപോലെ തന്നെയാണ്. അതിന് യോജിച്ച ഒരേ ഒരു പേര്
ജമാ അത്തെ ഇസ്ലാമി എന്നാണ്. ഇസ്ലാമിന്റെ ലക്ഷ്യങ്ങൾ നേടിയെടു
ക്കാനായി, ഇസ്ലാം സിദ്ധാന്തങ്ങൾക്കനുസരിച്ച് പ്രവർത്തിക്കുന്നതു
കൊണ്ട്, ഈ പ്രസ്ഥാനത്തിന് ഇസ്ലാമികമല്ലാതെ മറ്റൊന്നുമായിരിക്കാൻ
കഴിയില്ല." എന്നായിരുന്നു പറഞ്ഞിരുന്നത്. ദേശീയതയ്ക്ക് എതിരായി

പരസ്യമായി പ്രചരണം നടത്തിയ അവർ ദേശീയ പ്രസ്ഥാനത്തിൽ പങ്കെ ടുക്കാതിരിക്കാൻ മുസ്ലീങ്ങളെ നിർബന്ധിച്ചു. മൗലാനാ മൗദുദി ദേശീയ തയെ പരസ്യമായി അധിക്ഷേപിച്ചു: "ഇത് (ദേശീയത) സ്വീകരിക്കുക എന്നതിനർത്ഥം ലോകത്തിന്റെ മുഴുവൻ താല്പര്യങ്ങളേക്കാളുപരി നിങ്ങ ളുടെ ദേശത്തിന്റെ താല്പര്യത്തിന് പ്രാധാന്യം നൽകുക എന്നതാണ്, ദേശത്തിന് സഹായകമാകുന്ന ഒരു മാർഗ്ഗം നിർഭയം പിന്തുടരുക എന്നതാണ്. ദേശത്തിന് ഹാനികരമാകുന്ന പ്രവർത്തനങ്ങളെ നിർബ്ബ ന്ധപൂർവ്വം തടയുക എന്നതാണ്. ഇത്തരം പ്രവർത്തനങ്ങൾ ലോക ത്തിലെ മറ്റു ഭാഗങ്ങളെയോ മറ്റു രാഷ്ട്രങ്ങളെയോ മാനവികതയെ മൊത്തത്തിലോ അതിന്റെ ധാർമ്മികതയോ എങ്ങനെ പാലിക്കുമെന്ന ചിന്തയേ നിങ്ങൾക്കില്ല."

ഒരാൾ മുസ്ലീമായിരിക്കുമ്പോൾ, അയാൾ ഒരു രാജ്യസ്നേഹിയോ ദേശീയവാദിയോ സോഷ്യലിസ്റ്റോ ആയിരിക്കുന്നതിനെക്കുറിച്ച് മൗലാ നയ്ക്ക് വിഭാവനംചെയ്യാൻ പോലും കഴിയുമായിരുന്നില്ല. സ്വാതന്ത്ര്യസ മരത്തിൽ, മറ്റു മതവിഭാഗങ്ങളിലെ തങ്ങളുടെ സഹോദരന്മാരോടൊപ്പം പങ്കെടുക്കുന്ന മുസ്ലീങ്ങളെ അദ്ദേഹം അധിക്ഷേപിച്ചു. അവരെപ്പറ്റി അദ്ദേ ഹത്തിന്റെ അഭിപ്രായം ഇതായിരുന്നു.

> ഈ ശുദ്ധാത്മക്കൾക്ക് ഇസ്ലാം എന്തിനുവേണ്ടി നിലകൊള്ളുന്നു എന്നതിനെപ്പറ്റി ഒരു വിവരവുമില്ല; അഥവാ മറ്റു മതവിഭാഗങ്ങളെ പറ്റി യാതൊരു വിവരവുമില്ല; ഒരുപക്ഷേ അവർക്ക് ഒരു ചുക്കും അറിയില്ലായിരിക്കാം. പരസ്പരം എതിരായി നിൽക്കുന്ന രണ്ടു മത വിശ്വാസങ്ങളെ ഒപ്പം സേവിക്കാൻ ഒരു മനുഷ്യന് സാദ്ധ്യമേയല്ല. ഇങ്ങനെ പരസ്പരവിരുദ്ധമായ വിശ്വാസങ്ങൾ സ്വീകരിക്കുന്ന ഒരു വ്യക്തി ഒരേസമയം ഒരു ധർമ്മാനുസാരിയും പരമ്പരാഗതത്ത്വ ത്തിൽ നിന്ന് വ്യതിചലിക്കുന്നവനും ആയിരിക്കും; ഒന്നിനോട് വിശ്വാ സ്യതയുള്ളവനും മറ്റേതിനോട് വഞ്ചനകാട്ടുന്നവനുമായിരിക്കും. ഒരുപക്ഷേ അവനൊരു ഹിപ്പോക്രാറ്റും രണ്ടുപക്ഷത്തെയും ചതി ക്കുന്നവനും ആയിരിക്കും. ഒരു മുസ്ലീമിനു ഒരു മുസ്ലീമായിരിക്കാൻ മാത്രമേ കഴിയുകയുള്ളൂ; മറ്റൊന്നായിരിക്കാൻ കഴിയില്ല. താൻ മറ്റെന്തെങ്കിലും കൂടിയാണെന്ന് അവൻ അവകാശപ്പെടുന്നുവെങ്കിൽ അവൻ പ്രവാചകൻ വിഭാവനം ചെയ്തപോലുള്ളൊരു മുസ്ലീം ആയിരിക്കില്ല. അള്ളാ കരുതുന്നതുപോലുള്ള ഒരു യഥാർത്ഥ മുസ്ലീമായിരിക്കുകയില്ല എന്ന് ഞാൻ നിങ്ങളോട് തറപ്പിച്ചുപറ യുന്നു.

സ്വാതന്ത്ര്യസമരത്തിൽ പങ്കെടുത്തവർ തെറ്റായ വഴിയിലൂടെ നയി ക്കപ്പെട്ടവരാണെന്നും സ്വാതന്ത്ര്യം തന്നെ ഇസ്ലാമികവിരുദ്ധമായ ആശ യമാണെന്നും പറയുന്നിടംവരെ അദ്ദേഹം എത്തിച്ചേർന്നു. ജുമാ അത്ത് ഉലമ സ്വാതന്ത്ര്യസമരത്തിൽ പങ്കെടുത്തതിൽ പ്രതിഷേധിച്ച് അവരുടെ

മുഖപത്രമായ അൽ ജമാ അത്തിന്റെ പത്രാധിപസ്ഥാനം രാജിവച്ചയാ ളാണദ്ദേഹം.

'ജമ്മിത്വം നിയമവിരുദ്ധമാണെന്നു പറയുന്നവരും അത് അവസാ നിപ്പിക്കണമെന്ന് ആവശ്യപ്പെടുന്നവരും ഇസ്ലാമിക നിയമത്തിന് വിരുദ്ധ മായി പ്രവർത്തിക്കുന്നവരാണ്' എന്ന ആശയമാണ് അദ്ദേഹം വച്ചുപു ലർത്തിയിരുന്നത്. 'യുദ്ധത്തടവുകാരെ അടിമകളാക്കി വയ്ക്കുകയും സ്ത്രീകളെ വെപ്പാട്ടികളാക്കി വയ്ക്കുകയും അവരെ വിൽക്കുകയും മറ്റും ശരീഅത്ത് നിയമത്തിന്റെ ഒരു ഭാഗമാണ്! ഇസ്ലാമിന് അതിൽ അഭിമാന മുണ്ട്' എന്ന നിലപാടുവരെ അദ്ദേഹത്തിനുണ്ടായിരുന്നു. ദേശീയത, രാജ്യ സ്നേഹം, ജനാധിപത്യം, മതനിരപേക്ഷത എന്നിവയ്ക്കൊക്കെ അദ്ദേഹം എതിരായിരുന്നു. മതനിരപേക്ഷത 'നിർദൈവത്വം' ആണെന്നായിരുന്നു അദ്ദേഹത്തിന്റെ അഭിപ്രായം. ഈ തത്ത്വങ്ങളെ അപലപിച്ചുകൊണ്ട് അദ്ദേഹം പറഞ്ഞു. "നമ്മുടെ കാഴ്ചപ്പാടിൽ ഈ തത്ത്വങ്ങളെല്ലാം തെറ്റാണ്. തെറ്റാണെന്നു മാത്രമല്ല, ഇന്ന് മനുഷ്യസമൂഹത്തിനുണ്ടായി ട്ടുള്ള എല്ലാ വിനകൾക്കും യഥാർത്ഥ മൂലകാരണം അവയാണെന്നുകൂടി നമ്മൾ ദൃഢമായി വിശ്വസിക്കുന്നു. നമ്മുടെ എതിർപ്പ് ഈ തത്ത്വങ്ങളോ ടാണ്, നമ്മുടെ ശക്തിയെല്ലാം നാം സംഭരിച്ച് അവയെ എതിർക്കും."

1940–41 കാലത്ത് പാകിസ്ഥാൻ വേണ്ടി പരസ്യമായി വാദിച്ചുകൊണ്ട് രംഗത്ത് വന്നയാളാണ് മൗദൂമി. ഇസ്ലാമിനും ഇസ്ലാമികചിന്തയ്ക്കും അനു സരിച്ച് സ്വതന്ത്രമായ ഒരു ഇസ്ലാമിക രാഷ്ട്രത്തിന്റെ സംസ്ഥാപനമാണ് പാകിസ്ഥാൻ രൂപീകരണത്തിലൂടെ സാധിതമാവുമെന്ന് അദ്ദേഹം പ്രതീ ക്ഷിച്ചത്. ഇന്ത്യ ഒരു ഹിന്ദു രാഷ്ട്രമായി തീരുകയോ *മനുസ്മൃതി* ഇവി ടുത്തെ നിയമമായിത്തീരുകയോ ചെയ്യുന്നതിൽ പോലും അദ്ദേഹത്തിന് എതിർപ്പുണ്ടായിരുന്നില്ല. ഇന്ത്യാ-പാക് വിഭജനം നടക്കുകയും മൗദുദി പാകിസ്ഥാനിലേക്ക് തന്റെ പ്രവർത്തനകേന്ദ്രം മാറ്റുകയും ചെയ്തു. തുടർന്ന് ഇന്ത്യൻ ജമാ അത്തെ ഇസ്ലാമി പ്രത്യേകം പ്രവർത്തനമാരം ഭിച്ചു. മൗലാനാ അബ്ദുൽ ലയിസ് ഇസ്‌ലാഹിയായിരുന്നു അതിന്റെ ആദ്യത്തെ നേതാവ്. ഇന്ത്യൻ ജമാ അത്തെ ഇസ്ലാമി തങ്ങളുടെ ലക്ഷ്യം പ്രഖ്യാപിച്ചത് താഴെ പറയും പ്രകാരമാണ്:

"പ്രകൃതിയുടെ നിയമങ്ങളിൽ അധിഷ്ഠിതമായ മനുഷ്യജീവിതത്തെ മുഴുവൻ ഉൾക്കൊണ്ട് ഒരു പരിപൂർണ്ണ നിയമസംഹിതയോടെ, ഇസ്ലാ മിന്റെ താല്പര്യത്തിനുവേണ്ടി പ്രവർത്തിക്കുക." ഈ നിയമങ്ങൾക്ക് ദേശീയതയുമായോ രാജ്യസ്നേഹവുമായോ യാതൊരു ബന്ധവുമില്ലെന്ന് അതിന്റെ നേതാക്കന്മാർ പ്രസ്താവിച്ചു. 1952 നവംബറിൽ രാംപൂരിൽ വച്ചു ചേർന്ന ജമാ അത്തെ ഇസ്ലാമിയുടെ സമ്മേളനത്തിൽ വച്ച് മൗലാനാ ലയിസ് ഇങ്ങനെ പ്രഖ്യാപിച്ചു. "ദേശീയത, രാജ്യസ്നേഹം എന്നിവ ജിന്നുകൾ പരത്തിവിടുന്ന മനുഷ്യസമൂഹത്തെ ബാധിക്കുന്ന വിനക ളാണ്. മതത്തെയും ധാർമ്മികതയെയും ഭൗതികജീവിതത്തെയും അവ നശിപ്പിച്ചിരിക്കുന്നു."

ഇന്ത്യ വിഭജിക്കപ്പെട്ടെങ്കിലും മൗദൂദി പാകിസ്ഥാൻ പൗരത്വം സ്വീക രിച്ചുവെങ്കിലും ഇന്ത്യയിലെ ജമാ അത്തെ ഇസ്ലാമി, മൗദൂദിയുടെ സിദ്ധാ ന്തങ്ങൾ തന്നെയാണ് പിൻപറ്റിയത്.

1952 ലെ ജമാ അത്തെ ഇസ്ലാമി സമ്മേളനത്തിൽ വച്ച് അതിന്റെ പുതിയ അദ്ധ്യക്ഷൻ മൗദൂദിയുടെ കാല്പാടുകൾ പിന്തുടർന്നുകൊണ്ടു താഴെപ്പറയും പ്രകാരം പ്രഖ്യാപിച്ചു:

> ജനാധിപത്യ വാദിയെന്നോ സോഷ്യലിസ്റ്റ് എന്നോ ദേശീയ വാദി
> യെന്നോ അവകാശപ്പെടുന്നവർക്കും പാർട്ടികൾക്കും ഇന്ത്യയിൽ
> ദൗർലഭ്യമില്ല. നിങ്ങൾ അവരുമായി കൂട്ടുകൂടുകയാണെങ്കിൽ,
> അതിന്റെ സാദ്ധ്യമായ ഫലം, അവവഴി പ്രചരിപ്പിച്ചുകൊണ്ടിരി
> ക്കുന്ന വിനകൾ ശക്തിപ്പെടുക മാത്രമായിരിക്കും. ഈ 'ഇസ'ങ്ങൾ
> ക്കു പകരം വെയ്ക്കാവുന്ന ഒരു ജീവിതരീതിയും വ്യവസ്ഥയും
> ആണ് യഥാർത്ഥത്തിൽ ലോകത്തിനാവശ്യം. എന്നാൽ മനുഷ്യ
> സമൂഹം ഇന്നനുഭവിക്കുന്ന ദുരിതങ്ങളിൽ നിന്ന് വിമുക്തമാവും.
> ആ മാർഗ്ഗം, ആ വ്യവസ്ഥ, ഇസ്ലാമാണെന്ന് വ്യക്തമാണല്ലോ.

മൗദൂദിയെപ്പോലെ ഇന്ത്യയിലെ ജമാ അത്തെ ഇസ്ലാമിക്കും മതേതര ത്വം, ദേശീയത, ജനാധിപത്യം, സോഷ്യലിസം എന്നിവയോടു പൊരു ത്തപ്പെടാൻ കഴിഞ്ഞിരുന്നില്ലെന്നു തന്നെയാണിത് കാണിക്കുന്നത്.

1960 നവംബറിൽ ഡൽഹിയിൽ ചേർന്ന സമ്മേളനത്തിൽവച്ച് ഇന്ത്യൻ ഭരണഘടനയെക്കുറിച്ചുള്ള അഭിപ്രായവ്യത്യാസവും ജമാ അത്തെ ഇസ്ലാമി വ്യക്തമാക്കിയിട്ടുണ്ട്.

> ഇന്ത്യൻ ഭരണഘടനയുമായി നമുക്ക് മൗലികമായ അഭിപ്രായ
> വ്യത്യാസമുണ്ട്. കാരണം ദൈവത്തിന് നല്കേണ്ടതായിരുന്ന
> സ്ഥാനം അതിൽ ജനങ്ങൾക്കാണ് നല്കിയിട്ടുള്ളത്. നമ്മുടെ അഭി
> പ്രായത്തിൽ എല്ലാ കുഴപ്പങ്ങൾക്കും ഉള്ള കാരണം അതാണ്.

ജനങ്ങളുടെ പരമാധികാരം അല്ലെങ്കിൽ ജനാധിപത്യത്തോടുള്ള വിരോധമാണിവിടെ വ്യക്തമാക്കപ്പെടുന്നത്.

ഇതിൽ പല നിലപാടുകളിൽ നിന്നും മാറി എന്ന് വരുത്തുന്നതിന് വേണ്ടി ചില വളച്ചുകെട്ടലുകൾ ജമാ അത്തെ ഇസ്ലാമി പിന്നീട് നടത്തി യിട്ടുണ്ടെങ്കിലും അവർ അടിസ്ഥാനപരമായി ആ നിലപാടുകളിൽ മാറ്റ മൊന്നും വരുത്തിയിട്ടില്ല.

11

ജമാ അത്തെ ഇസ്ലാമിയും ജനാധിപത്യവും

"**ഇ**സ്ലാമിക രാഷ്ട്രം സ്ഥാപിക്കാൻ നിലകൊള്ളുന്ന പ്രസ്ഥാനമാ ണ് ജമാ അത്തെ ഇസ്ലാമി. അവർക്ക് ജനാധിപത്യത്തിൽ വിശ്വാസമില്ല" എ ന്ന് സി പി ഐ എം സംസ്ഥാന സെക്രട്ടറി നടത്തിയ അഭിപ്രായ പ്രകട നത്തോട് ജമാ അത്തെ ഇസ്ലാമി സംസ്ഥാന അമീറിന്റെ പ്രതികരണം ഉ ടൻതന്നെയുണ്ടായി. അത് ഇങ്ങനെയായിരുന്നു:

അടിയന്തരാവസ്ഥയിലുൾപ്പെടെ ഇന്ത്യയിൽ ജനാധിപത്യം പ്രതി സന്ധി നേരിട്ടപ്പോഴൊക്കെ ജനാധിപത്യ പുനഃസ്ഥാപനത്തിനുവേ ണ്ടിയുള്ള സമരങ്ങൾക്ക് മുന്നിട്ടിറങ്ങിയ പ്രസ്ഥാനമാണ് ജമാ അ ത്തെ ഇസ്ലാമി. ഇന്ത്യയിലെ മറ്റേത് സംഘടനയെക്കാളും മികച്ച ആഭ്യന്തര ജനാധിപത്യഘടന ജമാ അത്തിനുണ്ട്. ഇപ്പോഴും സ്റ്റാ ലിന്റെ പടംവെച്ച് പൂജിക്കുന്ന സി പി ഐ (എം) ജനാധിപത്യ ത്തെക്കുറിച്ച് ജമാ അത്തിനെ പഠിപ്പിക്കേണ്ടതില്ല. ഇന്ത്യൻ ജനാ ധിപത്യത്തെ ബൂർഷ്വാ ജനാധിപത്യമായിട്ടാണ് മാർക്സിസ്റ്റുകാർ വീക്ഷിക്കുന്നതെന്നത് പിണറായി മറക്കേണ്ട. *(മാധ്യമം, മെയ് 22)*

അമീറിന്റെ മറുപടി പൂർണ്ണമായി എടുത്തുകൊടുത്തത് കൂടുതൽ ആശയവ്യക്തതയുണ്ടാക്കുന്നതിനാണ്. പിണറായി ജമാ അത്തെ ഇസ്ലാ മിയെക്കുറിച്ച് നടത്തിയ ആദ്യത്തെ വിമർശനം അവർ 'ഇസ്ലാമികരാഷ് ട്രം സ്ഥാപിക്കാൻ നിലകൊള്ളുന്ന പ്രസ്ഥാനമാണ്' എന്നാണ്. അത് നി ഷേധിക്കുവാൻ ആരിഫലി തയ്യാറായിട്ടില്ല. ഇസ്ലാമിക രാഷ്ട്രം സ്ഥാപി ക്കുവാൻ നിലകൊള്ളുന്ന ഒരു സംഘടന എങ്ങനെയാണ് ജനാധിപത്യ സംഘടനയാവുക? ഏത് ഇസ്ലാമിക രാഷ്ട്രത്തിലാണ് ജനാധിപത്യമു ള്ളത്.

ജമാ അത്തെ ഇസ്ലാമിയുടെ വെബ്സൈറ്റിൽ അവരുടെ ആശയ ലോകം എന്തെന്നത് വളരെ വ്യക്തമായിത്തന്നെ കൊടുത്തിട്ടുണ്ട്. "ഇസ്ലാ മിക ജീവിതത്തിന്റെ കേന്ദ്രബിന്ദു–ന്യൂക്ലിയസ്–ആണ് തൗഹീദ്. ജീവിതം അതിനുചുറ്റുമാണ് കാണേണ്ടത്. ആരാധനാരംഗമെന്നപോലെ സാമൂഹിക സാമ്പത്തിക–സാംസ്കാരിക–രാഷ്ട്രീയ–ഭരണമേഖലകളെല്ലാം തൗഹീ ദിലധിഷ്ഠിതവും അതിൽനിന്ന് രൂപംകൊണ്ടതുമായിരിക്കണം." തൗഹീദ് എന്നത് മലയാള പദമല്ലാത്തതുകൊണ്ട് ഈ ആശയം വ്യക്തമാവാനിട യില്ല. ഏകദൈവവിശ്വാസത്തിലധിഷ്ഠിതമായ ജീവിതം എന്നാണ് അ തിനർത്ഥം. ഇതിൽ എന്ത് അപകടമിരിക്കുന്നു; ഇതെങ്ങനെ ഇസ്ലാമിക രാഷ്ട്രവാദമാവും എന്നൊക്കെ സ്വാഭാവികമായി സംശയം ഉയർന്നുവരും.

ജമാ അത്തെ ഇസ്ലാമിയുടെ വെബ്സൈറ്റ്തന്നെ അതിന് ഉത്തരം നൽകുന്നുണ്ട്. ജമാ അത്തെ ഇസ്ലാമിയുടെ അടിസ്ഥാനാദർശം 'ലാ ഇ ലാഹി ഇല്ലല്ലാഹു മുഹമ്മദുർറസൂലുല്ലാഹി' എന്നതാണ്. അതായത് അ ല്ലാഹു അല്ലാതെ മറ്റൊരു ദൈവമില്ല. ഈ സിദ്ധാന്തം പ്രചരിപ്പിക്കുന്ന തിനായി അയക്കപ്പെട്ട ദൈവദൂതന്മാരിൽ അവസാനത്തെ കണ്ണിയാണ് മുഹമ്മദ് നബി. നബിയാകട്ടെ അന്തിമദൂതനാണ്. "മുഹമ്മദ് നബി തിരു മേനിയിലൂടെ നൽകപ്പെട്ട ജീവിതവ്യവസ്ഥ അന്ത്യനാൾവരെന്നുള്ള മുഴു വൻ മനുഷ്യർക്കും ബാധകമാണ്. അത് കാലദേശങ്ങൾക്കതീതവും അ ന്യൂനവും നിത്യനൂതനവുമത്രെ"(അതെ വെബ്സൈറ്റ്).

അതായത് നബിതിരുമേനിയാൽ പ്രചരിപ്പിക്കപ്പെട്ട ഏകദൈവ വി ശ്വാസത്തിൽ അധിഷ്ഠിതമായ മതം, അതിന്റെ ജീവിതവ്യവസ്ഥ, അത് നടപ്പിലാക്കാൻവേണ്ടി നിലകൊള്ളുന്ന പ്രസ്ഥാനമാണ് ജമാ അത്തെ ഇ സ്ലാമി. ജമാ അത്തെ ഇസ്ലാമിക്കാർ പറയുന്നതുപോലെ അതൊരു 'ഏക ക'മാണ്. എന്നുവെച്ചാൽ അതൊരു സമ്പൂർണ്ണ ജീവിത വ്യവസ്ഥയാണ്. രാഷ്ട്രീയ വ്യവസ്ഥയാണ്; സാമ്പത്തിക വ്യവസ്ഥയാണ്; സാമൂഹിക വ്യവസ്ഥയാണ്; സർവ്വതല സ്പർശിയായ ഒന്നാണ്. അതിൽനിന്ന് രാഷ് ട്രീയത്തെ ഒഴിച്ചുനിർത്താനാവില്ല. അതായത് ഇസ്ലാമിക വ്യവസ്ഥ ഒരു രാഷ്ട്രീയ വ്യവസ്ഥയാണ്. അത് നടപ്പിലാക്കാൻ ഇസ്ലാമിന് രാഷ്ട്രീയാ ധികാരം കിട്ടണം, അതിനുവേണ്ടി പ്രവർത്തിക്കുന്ന സംഘടനയാണ് ജമാ അത്തെ ഇസ്ലാമി എന്നാണ് അവർതന്നെ പറയുന്നത്. അതായത് അവർ രാഷ്ട്രീയത്തിൽനിന്ന് മതത്തെ വേർതിരിക്കാത്തവരും മതനിരപേക്ഷത അംഗീകരിക്കാത്തവരുമാണ്.

അവരുടെ വെബ്സൈറ്റുതന്നെ ഇത് താഴെപറയും പ്രകാരം വ്യ ക്തമാക്കുന്നു:

ഇമാമതുദ്ദീൻ എന്നതിലെ ദീൻ കൊണ്ടുള്ള വിവക്ഷ പ്രപഞ്ചകർ ത്താവായ അല്ലാഹു തന്റെ സകല പ്രവാചകന്മാരും മുഖേന വി വിധ കാലങ്ങളിലും ദേശങ്ങളിലുമായി അയച്ചുകൊണ്ടിരുന്നതും അവസാനം തന്റെ അന്ത്യദൂതനായ മുഹമ്മദ് നബി മുഖേന അ

ചില മനുഷ്യരുടെയും മാർഗ്ഗദർശനത്തിനായി അന്തിമവും പൂർ
ണ്ണവുമായ രൂപത്തിൽ അവതരിപ്പിച്ചിട്ടുള്ളതുമായ ദീനാകുന്നു. ഇന്ന്
ലോകത്ത് പ്രാമാണികവും സുരക്ഷിതവും അല്ലാഹുവിങ്കൽ സ്വീ
കാര്യവുമായി സ്ഥിതിചെയ്യുന്ന ഏക ദീൻ ഇതൊന്നുമാത്രമാണ്.
അതിന്റെ പേരത്രെ ഇസ്ലാം.

ഈ ദീൻ മനുഷ്യന്റെ ബാഹ്യാന്തരങ്ങളേയും മനുഷ്യജീവിതത്തി
ന്റെ വ്യക്തിഗതവും സമഷ്ടിഗതവുമായ നാനാതുറകളെയും ഉൾ
ക്കൊള്ളുന്നുണ്ട്. ആദർശം, വിശ്വാസം, ആരാധനകൾ, സ്വഭാവച
ര്യകൾ തുടങ്ങി സാമ്പത്തികം, രാഷ്ട്രീയം, സാമൂഹികം വരെയു
ള്ള മനുഷ്യജീവിതത്തിന്റെ യാതൊരു വകുപ്പും അതിന്റെ പരിധി
ക്കു പുറത്തല്ല.

ഇതാണ്, ഇസ്ലാമിക രാഷ്ട്രത്തിനുവേണ്ടി നിലകൊള്ളുന്ന സംഘ
ടനയായ ജമാ അത്തെ ഇസ്ലാമി എന്ന പിണറായി വിജയന്റെ വിമർശന
ത്തിനുനേരെ അമീർ കണ്ണടയ്ക്കുവാൻ കാരണം. അതൊരു സത്യമാണ്.
അതുകൊണ്ട് അതിനെ നിഷേധിക്കാതെ വിടുകയാണ് അമീർ ചെയ്
തത്.

ഇസ്ലാമിക രാഷ്ട്രത്തിന്റെ സംസ്ഥാപനത്തിനുവേണ്ടി നിലകൊള്ളു
ന്ന ജമാ അത്തെ ഇസ്ലാമി ജനാധിപത്യത്തിനുവേണ്ടി നിലകൊള്ളുന്നവ
രാണോ എന്നതാണ് അടുത്ത വിഷയം. സ്വയം ജനാധിപത്യത്തിനുവേണ്ടി
നിലകൊള്ളുന്നു എന്ന് വാദിക്കാനല്ല മറിച്ച് സ്റ്റാലിനെ പൂജിക്കുന്ന കമ്മ്യൂ
ണിസ്റ്റുകാർ ഞങ്ങളെ ജനാധിപത്യം പഠിപ്പിക്കാൻ വരേണ്ട എന്ന് മുട്ടു
ന്യായം പറഞ്ഞ് ഒഴിഞ്ഞുമാറാനാണ് അമീർ ശ്രമിച്ചത്. സ്റ്റാലിന്റെ ചെയ്
തികളെ അപ്പാടെ ഉൾക്കൊള്ളുന്ന ഒരു പാർട്ടിയല്ല സി പി ഐ (എം).
സ്റ്റാലിന്റെ ഗുണവശങ്ങളെ അംഗീകരിക്കുകയും ദോഷവശങ്ങളെ പര
സ്യമായിത്തന്നെ തള്ളിപ്പറയുകയും ചെയ്തിട്ടുള്ള പാർട്ടിയാണ് സി പി
ഐ (എം). സി പി ഐ (എം) നകത്തെ ജനാധിപത്യപ്രക്രിയ എങ്ങനെ
യാണെന്ന് പാർട്ടി ഭരണഘടന ഒറ്റത്തവണ വായിച്ചാൽത്തന്നെ വ്യക്ത
മാകും.

ജമാ അത്തെ ഇസ്ലാമി ആഭ്യന്തര ജനാധിപത്യം അംഗീകരിക്കുന്ന
ഒരു സംഘടനയാണെന്നു പറഞ്ഞത് ശരിയായിരിക്കാം. പക്ഷേ 1977 വരെ
ഇന്ത്യയിൽ നടന്ന ഒരു തെരഞ്ഞെടുപ്പിലും വോട്ടുചെയ്യാതിരുന്നതിന് എന്ത്
ന്യായമാണ് ജമാ അത്തെ ഇസ്ലാമിക്ക് പറയാനുള്ളത്. ജമാ അത്തെ ഇ
സ്ലാമിയുടെ ആദർശലോകമായ ഇസ്ലാമിക രാഷ്ട്രത്തിൽ പാർലമെന്ററി
ജനാധിപത്യത്തിന് എന്ത് സ്ഥാനമാണുള്ളത്. മുഹമ്മദ് നബിയുടെയോ
ഖലീഫമാരുടെയോ ഭരണകാലത്ത് പാർലമെന്ററി ജനാധിപത്യം ഉണ്ടാ
യിരുന്നോ? നബിയുടെ കാലഘട്ടം ആദർശകാലഘട്ടമായി കണക്കാക്കു
കയും അത് തിരിച്ചുകൊണ്ടുവരാൻവേണ്ടി പരിശ്രമിക്കുകയും ചെയ്യുന്ന
ജമാ അത്തെ ഇസ്ലാമിക്ക് പാർലമെന്ററി ജനാധിപത്യ വ്യവസ്ഥയോടെന്ത്

ബന്ധമാണുള്ളത്. അതുകൊണ്ടാണ് പിണറായി വിജയൻ ജമാ അത്തെ ഇസ്ലാമി ഒരു ജനാധിപത്യ കക്ഷിയല്ലെന്ന് പറഞ്ഞത്.

ഇനി കമ്മ്യൂണിസ്റ്റുകാരും ജനാധിപത്യവും തമ്മിലുള്ള ബന്ധത്തെ ക്കുറിച്ച് പറയാം. ഇപ്പോഴത്തെ പാർലമെന്ററി ജനാധിപത്യം ബൂർഷ്വാ പാർലമെന്ററി ജനാധിപത്യമാണെന്നുതന്നെയാണ് സി പി ഐ (എം)ന്റെ അഭിപ്രായം. നമ്മുടെ ലോകസഭയിൽ 300ലേറെ പേർ കോടീശ്വരന്മാരാ ണെന്ന് കണക്കുകൾ വ്യക്തമാക്കുന്നുണ്ട്. സി പി ഐ (എം) പറയുന്ന തിനെ അത് സാധൂകരിക്കുന്നു. ഈ ജനാധിപത്യം ഇല്ലാതാക്കണമെ ന്നല്ല ഇത് വിപുലീകരിച്ച് തൊഴിലാളി ജനവിഭാഗങ്ങൾക്ക് ഭൂരിപക്ഷമുള്ള ഒരു പാർലമെന്ററി വ്യവസ്ഥയാക്കി ഇതിനെ വിപുലീകരിക്കണമെന്നും അതുവഴി പാർലമെന്റിൽ ഭൂരിപക്ഷം വരുന്ന ജനങ്ങളുടെ ശബ്ദം മുഴങ്ങി കേൾക്കണമെന്നുമാണ് സിപി ഐ (എം) പറയുന്നത്.

മറിച്ച് ജമാ അത്തെ ഇസ്ലാമിയ്ക്ക് നിലനിൽക്കുന്ന നീതിന്യായ വ്യ വസ്ഥയിൽപ്പോലും വിശ്വാസമില്ല. അവരുടെ ഭരണഘടനപ്രകാരം 'ദൈ വികമല്ലാത്ത ഏതെങ്കിലും ഭരണവ്യവസ്ഥയിൽ (ഇസ്ലാമികമല്ലാത്ത എ ന്നർത്ഥം) വല്ല കഞ്ചികാ സ്ഥാനവും (താക്കോൽസ്ഥാനം) വഹിക്കുന്ന വനോ അതിന്റെ നീതിന്യായ വ്യവസ്ഥയിൽ ന്യായാധിപസ്ഥാനത്ത് നി യോഗിക്കപ്പെട്ടവനോ ആണെങ്കിൽ അത് കൈയൊഴിയുക' എന്നത് ജ മാ അത്തെ ഇസ്ലാമിയിൽ അംഗത്വം കിട്ടുന്നതിനുള്ള ഒരു നിബന്ധനയാ യി ഇപ്പോഴും തുടരുകയാണ്. അവരാണ് സി പി ഐ (എം) ന് ജനാധി പത്യം ഉപദേശിക്കാൻ നടക്കുന്നത്. അടിയന്തരാവസ്ഥയിൽ നിരോധി ക്കപ്പെട്ട ജമാ അത്തെ ഇസ്ലാമിക്ക് പ്രവർത്തനം നടത്തിക്കൊണ്ടുപോക ണമെങ്കിൽ ജനാധിപത്യ പുനഃസ്ഥാപനം ആവശ്യമായിരുന്നു. അത് സ്വ ന്തം താല്പര്യം; അല്ലാതെ ജനാധിപത്യത്തോടുള്ള കൂറുകൊണ്ടായിരു ന്നില്ല അത്.

12

ജമാ അത്തെ ഇസ്ലാമി പുതിയ പാർട്ടി രൂപീകരിക്കുന്നത് എന്തിന്?

"രാഷ്ട്രീയത്തിൽ ഇസ്ലാമാവാമെന്നും ഇസ്ലാമിൽ രാഷ്ട്രീയമുണ്ടെ ന്നും സിദ്ധാന്തിക്കുന്ന ഒരു സംഘടന അക്കാരണത്താൽത്തന്നെ മത സംഘടനകളിൽനിന്ന് ഭിന്നമായി നിൽക്കെ, സമയമായപ്പോൾ പഞ്ചായത്ത് തെരഞ്ഞെടുപ്പിൽ പ്രവർത്തകർക്ക് മൽസരിക്കാൻ അനുമതി നൽകിയ തിൽ ആശ്ചര്യകരമായി എന്തിരിക്കുന്നു?'' (2010 ജൂൺ 5, *പ്രബോധനം*) ജമാ അത്തെ ഇസ്ലാമി വെറുമൊരു മതസംഘടനയോ വെറുമൊരു രാഷ് ട്രീയ സംഘടനയോ അല്ലെന്നും ഇതു രണ്ടും ചേർന്നതും മനുഷ്യജീവി തത്തിന്റെ സമസ്തമേഖലകളെയും ഉൾക്കൊള്ളുന്നതുമായ ഒരു സമ്പൂർണ്ണ ഇസ്ലാമിക പ്രസ്ഥാനമാണെന്നുമാണ് അവർ അവകാശപ്പെടുന്നത്.

അങ്ങനെയിരിക്കെ ജമാ അത്തെ ഇസ്ലാമി മറ്റൊരു രാഷ്ട്രീയപ്പാർട്ടി രൂപീകരിക്കുന്നതെന്തിന്? ഹിന്ദുവിന് ഹിന്ദുവായും ക്രിസ്ത്യാനിക്ക് ക്രി സ്ത്യാനിയായും തുടർന്നുകൊണ്ടുതന്നെ അവരെക്കൂടി ഉൾപ്പെടുത്തി മാനവികമൂല്യങ്ങൾക്കുവേണ്ടി പ്രവർത്തിക്കുന്ന ഒരു പാർട്ടിയുണ്ടാക്കാ നാണ് ജമാ അത്തെ ഇസ്ലാമി ഉദ്ദേശിക്കുന്നത് എന്നാണവർ അവകാശ പ്പെടുന്നത്. ഗാന്ധിവധത്തെത്തുടർന്ന് നിരോധിക്കപ്പെട്ട ആർ എസ് എ സിന്റെ നിരോധനം നീക്കുന്നതിനുള്ള ഒരു ഉപാധി അവർ രാഷ്ട്രീയ പ്പാർട്ടിയായി പ്രവർത്തിക്കാൻപാടില്ല എന്നായിരുന്നു. അങ്ങനെയാണ് അവർ മുൻ കൈയെടുത്ത് ജനസംഘവും പിന്നീട് ബി ജെ പിയും രൂപീകരിച്ചത്. അതേ മാതൃക പിന്തുടർന്നുകൊണ്ടാണ് ജമാ അത്തെ ഇസ്ലാമി സോളി ഡാരിറ്റിയെ സൃഷ്ടിക്കുന്നത്. എന്നാൽ അവർക്ക് ആർ എസ് എസിന്റെ തുപോലെ നേരിട്ട് രാഷ്ട്രീയപ്പാർട്ടിയായി പ്രവർത്തിക്കുന്നതിന് വിലക്കില്ല. എന്നിട്ടും സ്വയം രാഷ്ട്രീയപ്പാർട്ടിയായി മാറാതെ മറ്റൊന്നിന്റെ പിറവിക്ക് പിതൃത്വം വഹിക്കാൻ ജമാ അത്തെ ഇസ്ലാമി തയ്യാറാവുന്നതെന്തുകൊണ്ട്? എല്ലാ മത വിഭാഗങ്ങളെയും ഉൾക്കൊള്ളാനുള്ള സൗകര്യത്തിനാണെ

ന്ന വാദം ഉൾക്കൊള്ളാനാവില്ല. ആവശ്യമായ മാറ്റം ജമാ അത്തെ ഇസ്ലാ മിയുടെ ഭരണഘടനയിൽ വരുത്തിയാൽ മതിയല്ലൊ?

അതിന് അവർ തയ്യാറാവുന്നില്ല. അതിനൊരു കാരണമുണ്ട്. അതു പക്ഷേ, ജമാ അത്തെ ഇസ്ലാമിക്ക് പരസ്യമായി പറയാനാവില്ല. ഇന്ത്യ യിൽ ഒരു രജിസ്ട്രേഡ് രാഷ്ട്രീയപ്പാർട്ടിയായി പ്രവർത്തിക്കണമെങ്കിൽ അതിന്റെ ഭരണഘടനയിൽ ഇന്ത്യൻ ഭരണഘടനയോട് കൂറുപുലർത്തി പ്രവർത്തിച്ചുകൊള്ളാമെന്ന ഒരു വ്യവസ്ഥ പ്രത്യേക വകുപ്പായിത്തന്നെ എഴുതിച്ചേർത്തിരിക്കണം. ജനാധിപത്യത്തോടും മതനിരപേക്ഷതയോടും കൂറില്ലെന്ന് ജമാ അത്തെ ഇസ്ലാമിക്കാർ ആക്ഷേപിക്കുന്ന സി പി ഐ (എം)ന്റെ ഭരണഘടനയിൽപ്പോലും, "ഇന്ത്യൻ കമ്മ്യൂണിസ്റ്റുപാർട്ടി (മാർ ക്സിസ്റ്റ്) ക്ക് വ്യവസ്ഥാപിതമായ ഇന്ത്യൻ ഭരണഘടനയോട് കൂറും സോ ഷ്യലിസം, മതനിരപേക്ഷത, ജനാധിപത്യം എന്നീ തത്ത്വങ്ങളിൽ വിശ്വാ സവുമുണ്ടായിരിക്കും. ഇന്ത്യയുടെ പരമാധികാരം, ഐക്യം, അഖണ്ഡത എന്നിവക്കുവേണ്ടി പാർട്ടി നിലകൊള്ളും." (സി പി ഐ (എം) ഭരണഘടന വകുപ്പ് 20 എ) എന്ന് വ്യക്തമാക്കിയിട്ടുണ്ട്.

എന്നാൽ ജമാ അത്തെ ഇസ്ലാമിയുടെ ഭരണഘടനയിൽ ഒരിടത്തും ഇന്ത്യൻ ഭരണഘടനയോട് കൂറ് പ്രഖ്യാപിക്കുകയോ അതിന്റെ ഐക്യ ത്തിനും അഖണ്ഡതയ്ക്കുംവേണ്ടി നിലകൊള്ളുമെന്ന് പ്രഖ്യാപിക്കു കയോ ചെയ്തിട്ടില്ല. അങ്ങനെ ഒരു പ്രഖ്യാപനം നടത്തുന്നത് ജമാ അത്തെ ഇസ്ലാമിയുടെ പ്രഖ്യാപിതലക്ഷ്യമായ ദൈവികരാജ്യത്തിന് എതി രാണെന്നതുകൊണ്ടാണ് അങ്ങനെ ചെയ്യാതിരിക്കുന്നത്, ജമാ അത്തെ ഇസ്ലാമി ഒരു രാഷ്ട്രീയപ്രസ്ഥാനമാണെന്ന് സ്വയം പ്രഖ്യാപിക്കുമ്പോഴും തെരഞ്ഞെടുപ്പിൽ മൽസരിക്കാനായി മറ്റൊരു രാഷ്ട്രീയപ്പാർട്ടിക്ക് ജന്മം കൊടുക്കുന്നത് ഈയൊരു കാരണത്താലാണ്. തെരഞ്ഞെടുപ്പിൽ മൽ സരിക്കുന്നതിന് തെരഞ്ഞെടുപ്പ് കമ്മീഷനിൽനിന്ന് അനുമതി കിട്ടുന്നതിന് ഇന്ത്യൻ ഭരണഘടനയോട് കൂറ് പ്രഖ്യാപിച്ചേ മതിയാവൂ.

നീതിന്യായപീഠത്തിലിരിക്കുന്നവർക്ക് അംഗത്വം നിഷേധിക്കുക വഴി ഇന്ത്യയിലെ നീതിന്യായസംവിധാനത്തെത്തന്നെ അംഗീകരിക്കാതിരി ക്കുന്ന ജമാ അത്തെ ഇസ്ലാമി എങ്ങനെയാണ് ഇന്ത്യൻ ഭരണഘടനയോട് കൂറ് പ്രഖ്യാപിക്കുക? ഈയൊരു പ്രായോഗികപ്രശ്നത്തിന് ഉത്തരം കാ ണുകയാണ് പുതിയ പാർട്ടി രൂപീകരിക്കുന്നതിലൂടെ ജമാ അത്തെ ഇസ്ലാമി ചെയ്യുന്നത്.

13

ഇസ്ലാമിക തീവ്രവാദം സാമ്രാജ്യത്വ സൃഷ്ടി

സംശയലേശമെന്യേ എപ്പോഴും നീതിയുടെ പക്ഷത്തു നിൽക്കുക എന്നതാണ് ഇസ്ലാമിക രാഷ്ട്രീയത്തിന്റെ ഏറ്റവും ശക്തമായ അന്തർധാര. വിട്ടുവീഴ്ചയില്ലാത്ത നൈതികതയും അനീതിക്കെതിരായ നിരന്തര സമരവും അതിന്റെ ജനിതക സ്വഭാവമാണ്.

ജമാ അത്തെ ഇസ്ലാമിയുടെ കേരളത്തിലെ വക്താക്കളിൽ പ്രമുഖനായ സി ദാവൂദ് *മാധ്യമം* ദിനപത്രത്തിൽ എഴുതിയതാണ് ഈ വരികൾ. ഇതൊരു തരത്തിലുള്ള സ്വത്വബോധനിർമ്മിതിതന്നെയാണ്. നീതിയുടെപക്ഷത്ത് എപ്പോഴും നിൽക്കുന്നവരും വിട്ടുവീഴ്ചയില്ലാത്ത നൈതികത പ്രകടിപ്പിക്കുന്നവരും അനീതിക്കെതിരായി നിരന്തരമായി പോരാടുന്നവരുമാണ് ഇസ്ലാമിക ജനത എന്നുപറയുമ്പോൾ മറ്റു മതരാഷ്ട്രീയക്കാർക്കില്ലാത്ത ഒരു സവിശേഷത ഇസ്ലാമിക രാഷ്ട്രീയത്തിന് ചാർത്തിക്കൊടുക്കാനാണ് ശ്രമിക്കുന്നത്. മതത്തെ ആസ്പദമാക്കിയുള്ള ഏത് രാഷ്ട്രീയത്തിന്റെയും നീതി മതപരമായ നീതിയാണ്. അവരെ നയിക്കുന്ന നീതിബോധം മതത്തിന്റെ നീതിബോധമാണ്. അവരുടെ അനീതിയെന്നത് മതത്തിനാൽ നിശ്ചയിക്കപ്പെടുന്ന അനീതിയാണ്. ഹിന്ദുത്വരാഷ്ട്രീയവും ഇസ്ലാമിക രാഷ്ട്രീയവും ക്രൈസ്തവ രാഷ്ട്രീയവും ഇതിൽ നിന്ന് മുക്തമല്ല.

ഇസ്ലാമികരാഷ്ട്രീയത്തെക്കുറിച്ചുള്ള ജമാ അത്തെ ഇസ്ലാമിയുടെ ഈ അവകാശവാദത്തെ കൂടുതൽ വികസിപ്പിച്ച് മുസ്ലീങ്ങൾ സ്വതവേ സാമ്രാജ്യത്വവിരോധികളാണ് എന്നുവരെ പ്രചരിപ്പിക്കാൻ ചിലർ ശ്രമിച്ചിട്ടുണ്ട്. ഇസ്ലാമിക രാഷ്ട്രീയം പൊതുവിൽ പറഞ്ഞാൽ ഇപ്പോൾ സാമ്രാജ്യത്വത്തിനെതിരാണ്. എന്നാൽ ഇസ്ലാമിക ഭരണം നിലനില്ക്കുന്നുവെന്നവകാശപ്പെടുന്ന സൗദി അറേബ്യ അമേരിക്കൻപക്ഷത്താണ്. ഇ

ന്നിപ്പോൾ സാമ്രാജ്യത്വവിരുദ്ധ നിലപാടെടുക്കുന്നുണ്ടെങ്കിലും ഏതാനും വർഷങ്ങൾക്കുമുമ്പ് സാമ്രാജ്യത്വവുമായി ചേർന്നുനിന്നുകൊണ്ട് കമ്യൂണിസ്റ്റുകാർക്കും മതനിരപേക്ഷവാദികളായ മുസ്ലീം ഭരണാധികാരികൾക്കുമെതിരെ പടനയിച്ചവരായിരുന്നു ഈ ഇസ്ലാമിക രാഷ്ട്രീയക്കാർ.

1978ലാണ് അഫ്ഘാനിസ്ഥാനിൽ കമ്യൂണിസ്റ്റുകാർ അധികാരത്തിൽ വന്നത്. അന്ന് അഫ്ഘാനിസ്ഥാനിലെ സാക്ഷരതാനിരക്ക് ഒമ്പത് ശതമാനവും അതിൽത്തന്നെ സ്ത്രീകളുടേത് വെറും ഒരു ശതമാനവും മാത്രമായിരുന്നു. ഗോത്രമേധാവികളുടെ കീഴിലായിരുന്നു അന്നത്തെ അഫ്ഘാൻ ജനത. കമ്യൂണിസ്റ്റുകാർ ഭരണമേറ്റതോടെ അവിടത്തെ സമ്പന്നരും അവരുടെ ആശ്രിതരുമൊക്കെ പാകിസ്ഥാനിലേക്ക് കുടിയേറി. ഈ അഭയാർത്ഥി ക്യാമ്പുകളിലാണ് കമ്യൂണിസ്റ്റുവിരുദ്ധ ജിഹാദി പ്രസ്ഥാനത്തിന് അമേരിക്ക വിത്തുപാകിയത്.

ആധുനിക വിദ്യാഭ്യാസം ലഭിച്ചിട്ടില്ലാത്തവരും ഫ്യൂഡൽ മേധാവിത്വത്തെ തലവിധിപോലെ അംഗീകരിക്കുന്നവരുമായ അഫ്ഗാൻ അഭയാർത്ഥികൾ 'ദൈവവിരുദ്ധ കമ്യൂണിസ്റ്റ്' ഭരണത്തിനെതിരായി അമേരിക്കൻ ചാരസംഘടനയുടെ ഒത്താശയോടെ ഇസ്ലാമികജിഹാദിനുള്ള പ്രസ്ഥാനമായി മാറ്റപ്പെടുകയായിരുന്നു. പാകിസ്ഥാനിലെ ഇസ്ലാമിക രാഷ്ട്രീയക്കാരുടെ പിന്തുണയോടെയും അമേരിക്കയുടെ അനുഗ്രഹാശിസ്സുകളോടെയും പ്രവർത്തിച്ച ഇക്കൂട്ടരാണ് അഫ്ഘാനിസ്ഥാനിലെ പ്രതിവിപ്ലവത്തിന് നേതൃത്വംകൊടുക്കുകയും അഫ്ഘാനിസ്ഥാന്റെ ചരിത്രത്തിൽ ആദ്യത്തെ ഇസ്ലാമിസ്റ്റ് ഗവൺമെന്റിന് മുജാഹിദീൻ ഭരണത്തിന് തുടക്കം കുറിക്കുകയും ചെയ്തത്.

ഇസ്ലാമിക രാഷ്ട്രീയത്തിന്റെ പൊതുധാരയിൽ വരുന്ന ഒന്നാണ് താലിബാൻ. വിദ്യാർത്ഥി എന്നാണ് ആ പദത്തിന്റെ അർത്ഥം. അമേരിക്കക്കാരും സൗദി–ഗൾഫ് ഭരണാധികാരികളുമൊക്കെ സാമ്പത്തിക സഹായം നൽകി വന്നിരുന്ന മുസ്ലിം മത പാഠശാലകളിൽ പഠിച്ചുവന്നിരുന്ന അഭയാർത്ഥികളുടെ മക്കളായ വിദ്യാർത്ഥികളാണ് പാകിസ്ഥാനിൽ താലിബാൻ രൂപീകരണത്തിന് ഉപയോഗപ്പെടുത്തപ്പെട്ടത്. അമേരിക്കൻ പിന്തുണയോടെ അഫ്ഘാനിൽ രൂപപ്പെടുത്തിയെടുത്ത മുജാഹിദീൻ ഭരണം അഴിമതിയിലും മറ്റു കൊള്ളരുതായ്മകളിലുംപെട്ട് തകർന്നപ്പോൾ ഈ വിദ്യാർത്ഥികളെയാണ് അമേരിക്കൻ പിന്തുണയോടെ പാകിസ്ഥാൻ ഒരു ഇടപെടൽ ശക്തിയായി വളർത്തിക്കൊണ്ടുവന്നത്. പാകിസ്ഥാൻ സൈന്യത്തിന്റെ രഹസ്യപങ്കാളിത്തത്തോടെ താലിബാൻ നടത്തിയ ഈ കടന്നുകയറ്റത്തിൽ അഫ്ഘാൻ ഭരണം അവരുടെ ചൊല്പ്പടിയിലായി മാറി. സ്ത്രീയായി ജനിച്ചവരൊക്കെ തടവറയിൽ കഴിയുന്ന പ്രതീതിയാണ് താലിബാൻ ഭരണത്തിൻകീഴിൽ ഉണ്ടായത്.

അഫ്ഘാനിസ്ഥാനിൽ രൂപീകൃതമായ ഒരു കമ്യൂണിസ്റ്റ് ഗവൺമെന്റിനെ തകർക്കുന്നതിൽ ഇസ്ലാമിക രാഷ്ട്രീയം വഹിച്ച പങ്ക് ഇതാണെങ്കിൽ മുസ്ലീം ഭൂരിപക്ഷ രാജ്യങ്ങളിൽ നിലവിലുണ്ടായിരുന്ന മതനിരപേ

ക്ഷ ഗവൺമെന്റുകൾ അട്ടിമറിക്കുന്നതിൽ ഇസ്ലാമിക രാഷ്ട്രീയം വഹി
ച്ച പങ്ക് ചെറുതല്ലെന്ന് രണ്ടാം ലോക യുദ്ധാനന്തരകാലഘട്ടത്തെ അനു
ഭവങ്ങൾ വ്യക്തമാക്കുന്നുണ്ട്.

എന്നാൽ വേൾഡ് ട്രേഡ്സെന്ററിന്റെ തകർച്ചയോടെ അമേരിക്കൻ
സാമ്രാജ്യത്വവും മറ്റു സാമ്രാജ്യത്വശക്തികളും ഇസ്ലാമിക രാഷ്ട്രീയത്തി
നെതിരായി കുരിശുയുദ്ധം പ്രഖ്യാപിച്ചിരിക്കുകയാണ്. തന്മൂലം ഇസ്ലാ
മിക രാഷ്ട്രീയത്തിന് കമ്മ്യൂണിസത്തോടുള്ള ശത്രുത മയപ്പെടുത്തേണ്ടി
വന്നിരിക്കുന്നു എന്നു മാത്രമല്ല ഏറ്റവുമുറച്ച സാമ്രാജ്യത്വവിരുദ്ധപ്പോരാ
ളികൾ തങ്ങളാണെന്ന് വരുത്താനുള്ള ശ്രമവും ഇസ്ലാമിക രാഷ്ട്രീയ
ക്കാർ നടത്തുന്നുണ്ട്. സാമ്രാജ്യത്വത്തെക്കുറിച്ച് തികച്ചും ഉപരിപ്ലവമായ
സമീപനമാണ് ഇവർക്കുള്ളത്. സാമ്രാജ്യത്വമെന്നത് മുതലാളിത്തത്തിന്റെ
പരമോന്നത ഘട്ടമാണ്. എന്നാൽ ജമാ അത്തെ ഇസ്ലാമി അടക്കമുള്ള
ഇസ്ലാമിക രാഷ്ട്രീയക്കാർ മുതലാളിത്തത്തിനെതിരല്ല. സാമ്പത്തികമായ
അസമത്വമെന്നത്, മുതലാളിത്തമെന്നത്, ദൈവനിശ്ചയമാണെന്നും അ
തിൽ അസ്വാഭാവികമായി ഒന്നുംതന്നെയില്ലെന്നുമാണ് അവരുടെ നില
പാട്.

അതുകൊണ്ടുതന്നെ സാമ്രാജ്യത്വത്തിന്റെ ആദിരൂപമായ മുതലാ
ളിത്ത വ്യവസ്ഥ തകർക്കാനല്ല മറിച്ച് ആ വ്യവസ്ഥയുടെ അനന്തരഫല
മായി പാർശ്വവൽക്കരിക്കപ്പെടുന്നവരെ സംഘടിപ്പിച്ച് അവരുടെ താല്ക്കാ
ലിക പ്രശ്നങ്ങൾക്ക് പരിഹാരം കാണുക എന്ന പരിമിത മുദ്രാവാക്യ
മാണ് ഇസ്ലാമിക രാഷ്ട്രീയക്കാർ മുന്നോട്ടുവെയ്ക്കുന്നത്. മറുഭാഗത്ത്
മുസ്ലീംലീഗിനെപ്പോലുള്ള ഇസ്ലാമിക രാഷ്ട്രീയക്കാരാവട്ടെ പരസ്യമായ
സാമ്രാജ്യത്വ പ്രീണന നിലപാട് നടത്തുകയുമാണ്.

ജമാ അത്തെ ഇസ്ലാമിതന്നെ ഇന്ത്യയിലെ മുഖ്യ കമ്മ്യൂണിസ്റ്റ് പ്ര
സ്ഥാനമായ സി പി ഐ (എം)നെ പിന്തുണയ്ക്കുന്നതല്ല മറിച്ച് അതി
നെ ശിഥിലീകരിക്കാനുതകുംവിധം വളർന്നുവരുന്ന സ്വത്വരാഷ്ട്രീയവാ
ദികളെ പിന്തുണയ്ക്കാനും അവരെ ശാക്തീകരിക്കുകവഴി തങ്ങളുടെ
നേതൃത്വത്തിൽ ഒരു ഇസ്ലാമിക–ദളിത്–ആദിവാസി പ്രസ്ഥാനത്തെ രൂപ
പ്പെടുത്താനുമാണ് ശ്രമിച്ചുകൊണ്ടിരിക്കുന്നത്. അതുകൊണ്ടുതന്നെ ജമാ
അത്തെ ഇസ്ലാമി അടക്കമുള്ള ഇസ്ലാമിക രാഷ്ട്രീയക്കാർ എടുക്കുന്ന
സാമ്രാജ്യത്വവിരുദ്ധനിലപാടുകളോട് ഐക്യദാർഢ്യം പ്രകടിപ്പിക്കുന്നതോ
ടൊപ്പംതന്നെ വർഗ്ഗരാഷ്ട്രീയം രൂപപ്പെടുന്നതിലും വളർന്നുവരുന്നതിലും
അവർ കാണിക്കുന്ന അസഹിഷ്ണുതയെയും വിദ്വേഷത്തെയും കമ്മ്യൂ
ണിസ്റ്റുകാർക്ക് തുറന്നെതിർക്കാതിരിക്കാനാവില്ല.

14

ജമാ അത്തെ ഇസ്ലാമിയുടെ 'സാമ്രാജ്യത്വ വിരുദ്ധത'

'**ഇസ്ലാം**' എന്നത് രാഷ്ട്രീയവും സാമ്പത്തികവും സാമൂഹികവും മതപരവുമായ ഒരു ഏककമാണെന്നും അതിൽനിന്ന് ഇതിലേതെങ്കിലു മൊന്നിനെ വേർതിരിച്ചു കാണാനാവില്ലെന്നും വിശ്വസിക്കുകയും പ്രചരി പ്പിക്കുകയും ചെയ്യുന്ന പ്രസ്ഥാനമാണ് ജമാ അത്തെ ഇസ്ലാമി. അതു കൊണ്ടുതന്നെ മതം രാഷ്ട്രീയത്തിൽനിന്ന് വേറിട്ടു നിൽക്കേണ്ടതാണെ ന്ന മതനിരപേക്ഷ കാഴ്ചപ്പാടിനോട് അവർക്ക് യോജിപ്പില്ല. 'രാഷ്ട്രീയ ഇസ്ലാം' എന്ന് പറയേണ്ടതില്ലെന്നും എല്ലാ ഇസ്ലാമും രാഷ്ട്രീയ ഇസ്ലാമാ ണെന്നുമാണ് അവരുടെ അഭിപ്രായം. അതുകൊണ്ടുതന്നെ ജമാ അത്തെ ഇസ്ലാമി ഒരു മതസംഘടന മാത്രമല്ല, അതൊരു രാഷ്ട്രീയ പാർട്ടികൂടി യാണ്. ജമാ അത്തെ ഇസ്ലാമിയുടെ രാഷ്ട്രീയ നേതൃത്വത്തിൻകീഴിൽ പ്ര വർത്തിച്ചുവരുന്ന യുവജനപ്രസ്ഥാനമാണ് സോളിഡാരിറ്റി. സോളിഡാ രിറ്റി രൂപീകരണത്തിന്റെ പത്താം വാർഷികത്തോടനുബന്ധിച്ച് അവരൊ രു സോഷ്യൽ ഓഡിറ്റിങ് നടത്തി. അതിൽ ഉയർന്നുകേട്ട പ്രധാന മുദ്രാ വാക്യം ദളിത്-ന്യൂനപക്ഷ-ഫെമിനിസ്റ്റ്-മനുഷ്യാവകാശ സംഘടനകളു ടെ രാഷ്ട്രീയം ഉൾക്കൊള്ളുന്ന വിശാല ഐക്യമുന്നണി രൂപപ്പെടുത്ത ണം എന്നതായിരുന്നു. ജമാ അത്തെ ഇസ്ലാമിക്കാർ നടത്തുന്ന *മാധ്യമം* ദിനപത്രം പ്രാധാന്യംകൊടുത്ത് ഈ മുദ്രാവാക്യത്തിനാണെങ്കിൽ *മാ ധ്യമം* വാരിക പ്രാധാന്യം കൊടുക്കുന്നത് ഇതിൽ ഫെമിനിസമൊഴികെ യുള്ള വിഷയങ്ങൾക്കാണ്.

ഈ മുന്നണിയിൽനിന്ന് കമ്യൂണിസ്റ്റുകാരെ ഒഴിവാക്കുന്നത് എന്തു കൊണ്ട്? ലോകത്തിൽ സാമ്പത്തികമായ ചൂഷണത്തിന് ഏറ്റവുമധികം വിധേയമാക്കപ്പെടുന്ന തൊഴിലാളിവർഗ്ഗത്തിന്റെ പേർ ഉച്ചരിക്കാൻപോലും തയ്യാറാവാത്തത് എന്തുകൊണ്ട്? സാമ്പത്തിക ചൂഷണത്തെ അവഗണി ക്കുകയും സാമൂഹികമായ അടിച്ചമർത്തലിന് മാത്രം പ്രാധാന്യം നൽ

കുകയും ചെയ്യുന്നതെന്തുകൊണ്ട്? ഈ ചോദ്യങ്ങൾക്ക് ഉത്തരം കണ്ടെ ത്തിയാൽ ജമാ അത്തെ ഇസ്ലാമി അടക്കമുള്ള സ്വത്വരാഷ്ട്രീയപ്രസ്ഥാന ങ്ങളുടെ സാമ്രാജ്യത്വ പ്രീണന അജണ്ടയാണ് പുറത്തുവരിക.

ഒരു പ്രത്യേക സ്വത്വത്തിന്റെ അടിസ്ഥാനത്തിൽ ജനങ്ങൾക്ക് അനു ഭവിക്കേണ്ടിവരുന്ന പ്രശ്നങ്ങളും അടിച്ചമർത്തലുകളുമാണ് അവരുടെ കൂട്ടായ സ്വത്വബോധത്തിന് അടിസ്ഥാനമാവുന്നത്. ഈ സ്വത്വബോധ ത്തിന്റെ അടിസ്ഥാനത്തിൽ നടത്തുന്ന രാഷ്ട്രീയ പ്രവർത്തനത്തെയാണ് സ്വത്വരാഷ്ട്രീയം എന്നതുകൊണ്ട് ഉദ്ദേശിക്കുന്നത്. ഇന്ത്യയിൽ മുസ്ലീങ്ങൾ ഹിന്ദുക്കളെ അപേക്ഷിച്ച് ന്യൂനപക്ഷമാണ്. അതുകൊണ്ട് ഹിന്ദുമത ത്തിലെ വർഗ്ഗീയവാദികൾ മുസ്ലീങ്ങളെ രണ്ടാംതരം പൗരന്മാരായി കാ ണാനും അവരുടെ സ്വത്വപരമായ നിലനില്പുതന്നെ ഇല്ലാതാക്കാനും വേണ്ടി പരിശ്രമിക്കുന്നു. ഇന്ത്യയെ സംബന്ധിച്ചിടത്തോളം ഈ പരിശ്ര മത്തിന്റെ ന്യൂക്ലിയസായി പ്രവർത്തിക്കുന്നത് ആർ എസ് എസ് ആണ്. അവരുടെ സംഘപരിവാരത്തിൽപ്പെട്ട ശക്തികളെയാണ് ഇതിനായി ഉപ യോഗപ്പെടുത്തുന്നത്. എന്നാൽ ഹിന്ദുമതത്തിലെ ന്യൂനപക്ഷംവരുന്ന വർഗ്ഗീയവാദികളൊഴികെ മറ്റാരും ഈ ചിന്താഗതി പങ്കുവെയ്ക്കുന്നവ രല്ല. ഇതിനെതിരായി ഇസ്ലാമിക രാഷ്ട്രമായി ഇന്ത്യയെ പരിവർത്തിപ്പി ക്കണമെന്നും ഇസ്ലാമതം മാത്രമാണ് ശരിയെന്നും *ഖുറാൻ* ലോകത്തി ന്റെതന്നെ ഭരണഘടനയാണെന്നും വിശ്വസിക്കുന്ന ഒരു വിഭാഗം ഇസ്ലാം മതവിശ്വാസികളുണ്ട്. അവരുടെ കാഴ്ചപ്പാടുകളുമായി യോജിച്ചുപോകു ന്ന സംഘടനയാണ് ജമാ അത്തെ ഇസ്ലാമി.

ഇസ്ലാം ഇന്ത്യയിൽ ന്യൂനപക്ഷമാണ്. അതിൽത്തന്നെ മതമൗലിക വാദത്തിന്റെ ശൈലി സ്വീകരിക്കുന്ന ജമാ അത്തെ ഇസ്ലാമി ചെറു ന്യൂന പക്ഷമാണ്. ആയതിനാൽ സ്വന്തം കാഴ്ചപ്പാടുകൾ മറച്ചുവെച്ച് പൊതു സമൂഹത്തിൽ സ്വീകാര്യതയുണ്ടാക്കുന്നതിനായി പല പേരുകളിൽ, പല രൂപങ്ങളിൽ, സ്വന്തം അംഗങ്ങളുടെ നേതൃത്വത്തിൽ സംഘടനകളുണ്ടാ ക്കി പ്രവർത്തിക്കുകയാണ് ജമാ അത്തെ ഇസ്ലാമി ചെയ്യുന്നത്. അതിൽ ഒന്നാണ് സോളിഡാരിറ്റിയെങ്കിൽ മറ്റൊന്നാണ് വെൽഫെയർ പാർട്ടി. സോ ളിഡാരിറ്റിക്ക് ഇന്ത്യൻ യുവജനങ്ങൾക്കിടയിൽ സ്വീകാര്യതയുണ്ടാവണ മെങ്കിൽ ഇസ്ലാമിക സ്വത്വരാഷ്ട്രീയംകൊണ്ടുമാത്രം കഴിയില്ല. അതിന് സാമൂഹികമായ അടിച്ചമർത്തൽ നേരിട്ടുകൊണ്ടിരിക്കുന്ന ദളിതർ, ആദി വാസികൾ, മറ്റു ന്യൂനപക്ഷ വിഭാഗങ്ങൾ, സ്ത്രീകൾ തുടങ്ങിയവരെ അണിനിരത്തേണ്ടതുണ്ട് എന്ന കണ്ടെത്തലിന്റെ അടിസ്ഥാനത്തിലാണ് പുതിയ മുന്നണിക്കുവേണ്ട ആഹ്വാനം മുഴക്കപ്പെട്ടിരിക്കുന്നത്.

എന്നാൽ ഈ സാമൂഹിക അടിച്ചമർത്തലിനോളമോ അതിനെക്കാ ളേറെയോ രൂക്ഷമാണല്ലോ സാമ്പത്തികരംഗത്ത് തൊഴിലാളിവർഗ്ഗം നേ രിടുന്ന ചൂഷണം. സ്വന്തം അദ്ധ്വാനം അസംസ്കൃത വസ്തുക്കളുമായി കൂട്ടിച്ചേർത്തുകൊണ്ട് പുതിയ മൂല്യം ഉല്പാദിപ്പിക്കുന്നത് തൊഴിലാളി വർഗ്ഗം മാത്രമാണ്. അവർക്ക് ആ മൂല്യത്തിന് സമമായ കൂലി കൊടു

ക്കാതെ അവരെ ചൂഷണംചെയ്താണ് മുതലാളിവർഗ്ഗം തടിച്ചുകൊഴു
ക്കുന്നത്. യഥാർത്ഥ ചൂഷണത്തിനിരയാവുന്ന ഈ വർഗ്ഗത്തിന് മാത്രമെ
നിലനില്ക്കുന്ന മുതലാളിത്ത വ്യവസ്ഥയെ മാറ്റണമെന്ന് ആഗ്രഹമുണ്ടാ
വൂ. 2013 ഫെബ്രുവരിയിൽ നടന്ന അഖിലേന്ത്യാ പണിമുടക്കിൽ പത്തു
കോടിയിലേറെ തൊഴിലാളികളാണ് പങ്കെടുത്ത്. ഈ മഹത്തായ ശ
ക്തിയെ ഒഴിവാക്കിക്കൊണ്ട് എന്ത് സാമൂഹിക മാറ്റമാണ് സോളിഡാരിറ്റി
വരുത്താൻപോകുന്നത്. ഈ തൊഴിലാളിവർഗ്ഗത്തിന്റെ രാഷ്ട്രീയ പ്രത്യ
യശാസ്ത്രമാണ് കമ്യൂണിസം. പക്ഷേ കമ്യൂണിസത്തിനോട് പ്രത്യയ
ശാസ്ത്രപരമായ വിയോജിപ്പാണ് രാഷ്ട്രീയ ഇസ്ലാമിനും ജമാ അത്തെ
ഇസ്ലാമിക്കും ഉള്ളത് എന്നതിനാൽ കമ്യൂണിസ്റ്റുകാരെ ഈ മുന്നണിയിൽ
അടുപ്പിക്കാനാവില്ല എന്നതാണ് ഒന്നാമത്തെ കാര്യം. രണ്ടാമത്തെ കാര്യം
മുതലാളിത്ത ഉല്പാദന വ്യവസ്ഥയ്ക്ക് ജമാ അത്തെ ഇസ്ലാമി എതിരല്ല
എന്നതുതന്നെയാണ്. തൊഴിലാളിവർഗ്ഗം നേരിടുന്ന സാമ്പത്തിക ചൂഷ
ണത്തെക്കുറിച്ച് പറഞ്ഞാൽ ജമാ അത്തെ ഇസ്ലാമിക്ക് മുസ്ലീമിനകത്തെ
വർഗ്ഗവൈരുദ്ധ്യത്തെക്കുറിച്ച് പറയേണ്ടിവരും. അത് ഒഴിവാക്കുന്നതിനു
വേണ്ടിയാണ് സാമ്പത്തിക ചൂഷണത്തെക്കുറിച്ച് പറയാതിരിക്കുകയും
സാമൂഹിക അടിച്ചമർത്തലിനെയും അതിന്റെ ഭാഗമായ സ്വത്വരാഷ്ട്രീയ
ത്തെയും കുറിച്ച് മാത്രം പറയുകയും ചെയ്യുന്നത്.

സാമ്രാജ്യത്വവിരുദ്ധതയെക്കുറിച്ച് വലിയ വായിൽ സംസാരിക്കുന്ന
ജമാ അത്തെ ഇസ്ലാമി ഏറ്റവും വലിയ സാമ്രാജ്യത്വ വിരുദ്ധ ശക്തിയായ
തൊഴിലാളിവർഗ്ഗത്തെ സംഘടിപ്പിക്കാനോ അവർ നയിക്കുന്ന സമരങ്ങളെ
പിന്തുണയ്ക്കാനോ തയ്യാറാവാറില്ല എന്ന് ആർക്കാണറിയാത്തത്. ഇതിൽ
നിന്നാണ് ജമാ അത്തെ ഇസ്ലാമിയുടെ സാമ്രാജ്യത്വവിരുദ്ധതയുടെ
പൊള്ളത്തരം മനസ്സിലാക്കേണ്ടത്. ഇതിനോട് യോജിച്ചുനിർത്തിക്കൊണ്ട്
വായിക്കേണ്ടതാണ് ജമാ അത്തെ ഇസ്ലാമിയുടെ സ്വത്വ രാഷ്ട്രീയ പ്രോ
ത്സാഹനം. സ്വത്വരാഷ്ട്രീയം ശക്തിപ്പെടുന്നത് എൺപതുകളിലാണ്. ധ
നമുതലാളിത്തത്തിന്റെ നേതൃത്വത്തിൽ സാമ്രാജ്യത്വ ആഗോളവല്ക്കര
ണത്തിനുണ്ടായ മുന്നേറ്റവും സോഷ്യലിസത്തിന്റെ തിരിച്ചടിയുമാണ്
സ്വത്വരാഷ്ട്രീയത്തിന്റെ വളർച്ചയ്ക്കിടയാക്കിയത്. ഫലത്തിൽ മുതലാളി
ത്തത്തിനോ സാമ്രാജ്യത്വത്തിനോ എതിരല്ലാത്ത സ്വത്വരാഷ്ട്രീയത്തെ സാ
മ്രാജ്യത്വം എതിർക്കുന്നില്ല എന്നു മാത്രമല്ല എൻ ജി ഒകൾക്ക് പണം
വാരിക്കോരി കൊടുത്ത് അതിനെ പ്രോത്സാഹിപ്പിക്കാനും അവർ തയ്യാ
റാവാറുണ്ട്. മുസ്ലീം ബ്രദർഹുഡിന്റെ ആസ്ഥാന കേന്ദ്രമായ സൗദി
അറേബ്യ അമേരിക്കയുടെ സഖ്യശക്തിയാണ്. അമേരിക്കയിൽനിന്നുത
ന്നെ ആർ എസ് എസിനും വിദേശപ്പണം കിട്ടുന്നുണ്ട്.

15

മുസ്ലിംലീഗ്

ആയിരത്തിത്തൊള്ളായിരത്തി നാല്പത്തിയെട്ട് മാർച്ച് 10നാണ് ഇന്ത്യൻ യൂണിയൻ മുസ്ലിംലീഗ് രൂപീകരിക്കപ്പെടുന്നത്. മുസ്ലിംലീഗ് എന്ന പേര് സൂചിപ്പിക്കുന്നതുപോലെ ഇന്ത്യൻ യൂണിയനിലെ മുസ്ലീം മത വിശ്വാ സികളുടെ സവിശേഷ താല്പര്യങ്ങൾ സംരക്ഷിക്കുന്നതിനുള്ള ഒരു പ്രസ്ഥാനമായാണ് ഐ യു എം എൽ പ്രവർത്തിച്ചുവരുന്നത്. സ്വന്തം രാഷ്ട്രീയ നേട്ടങ്ങൾക്കായി മതവികാരം ആളിക്കത്തിക്കുന്നതിന് യാതൊരു മടിയും കാണിക്കാത്ത പാർട്ടിയാണ് മുസ്ലിംലീഗ്. എന്നാൽ ജമാ അത്തെ ഇസ്ലാമി പറയുന്നതുപോലെ ഇന്ത്യയെ ഒരു ഇസ്ലാമിക രാഷ്ട്രമാക്കി മാറ്റുകയാണ് തങ്ങളുടെ ലക്ഷ്യമെന്ന് പറയാൻ അവർ തയ്യാറായിട്ടില്ല.

അമ്പതുകളിലെ ലീഗിനെക്കുറിച്ച് ഇ എം എസ് വിലയിരുത്തിയത് ഇങ്ങനെയാണ്

> ഇന്ത്യൻ ഭരണഘടനയിൽ എഴുതിച്ചേർത്തിട്ടുള്ള മതനിരപേക്ഷത തികച്ചും ഫലപ്രദമായി പ്രവൃത്തിയിൽ കൊണ്ടുവരണമെന്നാവ ശ്യപ്പെടുകയും അതിനുവേണ്ടി പ്രവർത്തിക്കുന്ന ഇടതുപക്ഷ ശക്തികളുമായി യോജിക്കുകയുമാണ് ഹൈന്ദവ ഭൂരിപക്ഷമുള്ള മതനിരപേക്ഷരാജ്യമായ ഇന്ത്യയിൽ മുസ്ലീം സമുദായത്തിന്റെ രക്ഷക്കുള്ള പ്രായോഗിക മാർഗ്ഗം. എന്നാൽ അതല്ല ലീഗുകാർ ചെയ്തത്. മുസൽമാന്മാർക്ക് തങ്ങളുടെ മതം നിർദ്ദേശിക്കുന്ന തര ത്തിൽ ഇന്ത്യൻ രാഷ്ട്രീയം കൈകാര്യംചെയ്യാൻ അവകാശമു ണ്ടാകണമെന്ന വാദത്തെ ആസ്പദമാക്കിയ രാഷ്ട്രീയമാണവർ ആവിഷ്കരിച്ചത്. അതായത് ഇന്ത്യയുടെ മറ്റ് പല പ്രദേശങ്ങളിൽ ഹിന്ദുമഹാസഭ, രാമരാജ്യപരിഷത്ത് എന്നെല്ലാമുള്ള പേരുകളിൽ

ഹിന്ദു രാഷ്ട്ര വാദക്കാർ ജനങ്ങൾക്കു മുമ്പിൽ വച്ച രാഷ്ട്രീയ വീക്ഷണത്തിന്റെ ഇസ്ലാമിക രൂപത്തിൽ മലബാർ പ്രദേശത്തെ രാഷ്ട്രീയം രൂപപ്പെടുത്താനാണവർ ശ്രമിച്ചത് (കമ്യൂണിസ്റ്റ് പാർട്ടി കേരളത്തിൽ).

1957 ൽ കേരളത്തിൽ അധികാരത്തിൽ വന്ന ഇ എം എസ് മന്ത്രിസ ഭക്കെതിരെ നടന്ന വിമോചന സമരത്തിലെ മുഖ്യപങ്കാളികൾ മുസ്ലീം ലീഗായിരുന്നു. അത് പിന്നീട് കോൺഗ്രസുമായുള്ള രാഷ്ട്രീയധാരണ യായി രൂപപ്പെട്ടെങ്കിലും സ്പീക്കർ പദവി വഹിക്കുന്നതിന് ലീഗ് അംഗത്വം രാജിവയ്ക്കണമെന്ന കോൺഗ്രസ് നിബന്ധന അവരെ കോൺഗ്രസിൽ നിന്നകറ്റി. സമുദായ താല്പര്യം സംരക്ഷിക്കുന്നതിന് കമ്യൂണിസ്റ്റുകാരു മായി ഐക്യപ്പെടാം എന്ന നിലപാടിലവർ എത്തിച്ചേർന്നു. എന്നാൽ ഈ ഐക്യം അധികകാലം നിലനിന്നില്ല. വീണ്ടുമവർ കോൺഗ്രസിന്റെ കൂടെ കൂടി. എന്നാൽ അത് ലീഗിനകത്തുതന്നെ വിള്ളലുണ്ടാക്കുകയും അഖി ലേന്ത്യാ ലീഗ് എന്ന പേരിൽ ഒരു പുതിയ പാർട്ടി രൂപീകരിക്കപ്പെടുകയും ചെയ്തു.

എന്നാൽ ഷബാനു കേസിൽ പരാതിക്കാരിയായ മുസ്ലീം സ്ത്രീക്ക് മുൻ ഭർത്താവിൽ നിന്ന് ജീവനാംശം ലഭിക്കുന്നതിന് അവകാശമുണ്ടെന്ന് സുപ്രികോടതി വിധിച്ചു. ഇത് മുസ്ലീം വ്യക്തിനിയമത്തിനെതിരാണെന്നും മതവിശ്വാസികൾക്ക് അംഗീകരിക്കാനാവില്ലെന്നുമുള്ള നിലപാട് ലീഗ് എടുത്തു. അഖിലേന്ത്യാ ലീഗിന്റെയും കാഴ്ചപ്പാട് സമാനമായിരുന്നു. കമ്യൂണിസ്റ്റുകാർക്കാവട്ടെ ഇതിനോട് യോജിക്കാനാവുമായിരുന്നില്ല. സ്വാഭാവികമായും അഖിലേന്ത്യാ ലീഗ് മുന്നണി വിടുകയും അവർ ഐ യു എം എൽ-ൽ ലയിക്കുകയും ചെയ്തു.

ബാബറി മസ്ജിദ് തകർക്കപ്പെട്ട വിഷയത്തിൽ പ്രധാനമന്ത്രി നര സിംഹറാവുവും കോൺഗ്രസുമെടുത്ത നിലപാടിനെ എതിർക്കാൻ ലീഗിന് കഴിഞ്ഞില്ല. സ്വാഭാവികമായും ഇത് ലീഗിന്റെ ഭിന്നിപ്പിനിടയാക്കി. മുസ്ലീം മതമൗലികവാദം മുസ്ലീം മതവിശ്വാസികളിൽ ശക്തിപ്പെടുന്ന തിനും തീവ്രവാദ നിലപാടെടുക്കുന്ന സംഘടനകൾ രൂപപ്പെടുന്നതിനും ഇത് കാരണമായി. എന്നാൽ ഇവയെ ഒക്കെ അധികാരത്തിന്റെ തണ ലിൽ സ്വന്തം ചിറകിനടിയിലൊതുക്കി സംരക്ഷിച്ചു നിർത്തുന്ന സമീപ നമാണ് ലീഗ് എടുത്തുകൊണ്ടിരിക്കുന്നത്.

16

നെഹ്റു മുതൽ രാജീവ് വരെ

'**മൃ**ദു ഹിന്ദുത്വ'മെന്നോ ഹിന്ദുത്വ പ്രീണനമെന്നോ ഒക്കെ വ്യാഖ്യാ നിക്കാവുന്ന രീതിയിൽ സ്വാതന്ത്ര്യപൂർവ്വ ഇന്ത്യയിൽ കോൺഗ്രസിലൊരു വിഭാഗത്തിന്റെ ഭാഗത്തുനിന്നുണ്ടായ നടപടികളും അവരുടെ വീക്ഷണ ങ്ങളുമൊക്കെ മുമ്പു ചില അദ്ധ്യായങ്ങളിൽ നാം പരിശോധിച്ചിട്ടുണ്ട്. സ്വാതന്ത്ര്യാനന്തര ഇന്ത്യയുടെ ചരിത്രം പരിശോധിച്ചാൽ ഇന്ത്യൻ പ്രധാ നമന്ത്രിമാരായിത്തീർന്ന കോൺഗ്രസുകാരും ഇതിനപവാദമായിരുന്നില്ല എന്നു കാണാൻ കഴിയും. എന്നാൽ ഇതിൽ ഏറ്റക്കുറച്ചിലുണ്ട് എന്ന് അംഗീകരിച്ചേ മതിയാകൂ. ചാഞ്ചാട്ടങ്ങളില്ലാത്ത മതനിരപേക്ഷ നിലപാട് ഏറക്കുറെ കാത്തുസൂക്ഷിച്ചയാൾ ജവാഹർലാൽ മാത്രമാണ്. ജീവിത കാലത്ത് ക്ഷേത്രങ്ങളൊന്നും സന്ദർശിക്കാത്ത, ഭൗതികവാദനിലപാടു കളിലുറച്ചുനിന്ന ഒരു നേതാവായിരുന്നു നെഹ്റു. എന്നാൽ അതിനൊരു ചാഞ്ചാട്ടമുണ്ടായത് കേരളത്തിലെ കമ്മ്യൂണിസ്റ്റ് മന്ത്രിസഭയ്ക്കെതിരായി സ്വീകരിച്ച നിലപാടിലായിരുന്നു. ജാതിമതശക്തികൾ ഇ എം എസ് മന്ത്രി സഭയ്ക്കെതിരെ വിമോചനസമരം നയിച്ചപ്പോൾ തുടക്കത്തിൽ കാണിച്ച എതിർപ്പ് നിലനിർത്താൻ അദ്ദേഹത്തിനായില്ല എന്നു മാത്രമല്ല അവ സാനം അവർക്ക് വഴങ്ങാനും അദ്ദേഹം തയ്യാറായി. ചത്തകുതിരയെന്ന് ലീഗിനെ വിശേഷിപ്പിച്ച നെഹ്റുവിന് തന്റെ ജീവിതകാലത്തു തന്നെ കോൺഗ്രസ് ലീഗുമായി സഖ്യമുണ്ടാക്കുന്നത് കണ്ടുനിൽക്കേണ്ടതായി വന്നു. മറുഭാഗത്ത് ഇന്ത്യാ – ചൈന യുദ്ധമുണ്ടായപ്പോൾ 'ഗാന്ധിവധ' ത്തിന്റെ പേരിൽ മാനംകെട്ടുനിന്നിരുന്ന, രാഷ്ട്രീയരംഗത്തു തന്നെ അപ്ര സക്തമായിരുന്ന, ആർ എസ് എസിനെ പൊക്കിയെടുത്ത് മാമ്മോദീസ മുക്കി ദേശസംരക്ഷക പ്രസ്ഥാനത്തിന്റെ ചുമതലയേൽപ്പിച്ചു കൊടു ക്കാനും നെഹ്റു തയ്യാറായി.

ഇന്ത്യാ-പാക് യുദ്ധകാലത്ത് ശാസ്ത്രിയും ഈ തെറ്റ് ആവർത്തിച്ചു. അടിയന്തരാവസ്ഥ പ്രഖ്യാപനത്തോടെ ജനപിന്തുണ നഷ്ടപ്പെട്ട ഇന്ദി രാഗാന്ധിയാവട്ടെ ഹിന്ദുത്വ പ്രീണനത്തിന് വേണ്ടി ക്ഷേത്രങ്ങൾ കയറിയി റങ്ങുന്നത് തെരഞ്ഞെടുപ്പ് പ്രചരണവേലയുടെ ഒരു അവിഭാജ്യഘടക മായാണ് കണ്ടത്. ഖാലിസ്ഥാൻ വാദവും മറ്റും ശക്തിപ്രാപിച്ചപ്പോൾ ഈ പ്രവണതയ്ക്ക് ആക്കം കൂടി. 1975 ൽ ശ്രീമതി. ഗാന്ധി അടിയന്തരാവസ്ഥ പ്രഖ്യാപിച്ചപ്പോൾ അതിനെ എതിർത്ത ആർ എസ് എസ് പിന്നീട് നില പാടുമാറ്റി. ജയിലിൽ നിന്ന് ദേവറസ് ഇന്ദിരാഗാന്ധിയ്ക്കെഴുതിയ കത്തിൽ ഇരുപതിന പരിപാടിക്കും അഞ്ചിന പരിപാടിക്കും പിന്തുണ പ്രഖ്യാപി ക്കുന്നുണ്ട്. 1983 ൽ ഹരിദ്വാറിൽ നടന്ന ഏകാത്മയജ്ഞത്തിൽ ഇന്ദിരാ ഗാന്ധി പങ്കെടുത്തത് ഹിന്ദുത്വാനുകൂല നിലപാട് വെളിപ്പെടുത്തുന്നതാ യിരുന്നു. വിഘടനവാദത്തിനെതിരെ കോൺഗ്രസ് ഉയർത്തിയ അഖണ്ഡ ഭാരത മുദ്രാവാക്യം ഹിന്ദുത്വപ്രത്യയശാസ്ത്രത്തെത്തന്നെ ഉൾക്കൊള്ളു ന്നതായിരുന്നു. 1980 ൽ നടന്ന തെരഞ്ഞെടുപ്പിൽ ഇന്ദിരാഗാന്ധിക്ക് പര സ്യമായി പിന്തുണ പ്രഖ്യാപിക്കുന്നിടം വരെ ആർ എസ് എസ് നേതാ ക്കൾ എത്തി.

ഇന്ത്യയിലെ മുഖ്യ ഭരണകക്ഷി തങ്ങളുടെ ചൊൽപ്പടിക്കു നിൽക്ക ണമെന്നായിരുന്നു ആർ എസ് എസിന്റെ താല്പര്യം. നഷ്ടപ്പെടുന്ന ജനപിന്തുണ തിരിച്ചുപിടിക്കുന്നതിനായി ഹിന്ദുത്വ പ്രീണനം ഗുണം ചെയ്യുമെന്നായിരുന്നു ഇന്ദിരാഗാന്ധിയുടെ കണക്കുകൂട്ടൽ.

രാജീവ് ഗാന്ധിയുടെ കാലമായപ്പോഴാവട്ടെ ഭൂരിപക്ഷ-ന്യൂനപക്ഷ താല്പര്യങ്ങളെ മാറിമാറി പ്രീണിപ്പിക്കുക എന്നതായിരുന്നു നിലപാട്. ഇതിന്റെ ഉത്തമദൃഷ്ടാന്തമാണ് ഷാബാനു കേസും രാമജന്മഭൂമിയിലെ ക്ഷേത്രം തുറന്നു കൊടുത്തതും. മൊഴിചൊല്ലപ്പെട്ട മുസ്ലീം വനിതയ്ക്കും കുട്ടികൾക്കും ഭർത്താവ് ചെലവിനു കൊടുക്കാൻ ബാദ്ധ്യസ്ഥനാണെന്ന് സുപ്രീംകോടതി ഷാബാനു എന്ന മുസ്ലീം സ്ത്രീ നൽകിയ കേസിൽ വിധി പ്രഖ്യാപിച്ചു. മുസ്ലീം വ്യക്തി നിയമമനുസരിച്ച് പുരുഷന് അങ്ങ നെയൊരു ബാദ്ധ്യതയില്ലെന്നായിരുന്നു മുസ്ലീം മതമൗലികവാദികളുടെ നിലപാട്. 1985 ജൂൺ 14 ന് മുസ്ലീം വ്യക്തിനിയമബോർഡിന്റെ ആഭിമു ഖ്യത്തിൽ 'ശരിയത്ത് സംരക്ഷണ ദിന'മായി അവർ ആചരിച്ചു. ഇന്ത്യാ ക്കാർക്കൊക്കെ ബാധകമായ ക്രിമിനൽ നടപടി നിയമത്തിലെ 125-ാം വകുപ്പു പ്രകാരമായിരുന്നു സുപ്രീംകോടതി വിധി. അതിനെയാണ് വ്യക്തി നിയമത്തിന്റെ പേരിൽ വെല്ലുവിളിക്കാൻ മുസ്ലീം മതമൗലികവാദികൾ തയ്യാറായത്. രാജീവ്ഗാന്ധി അവർക്ക് വഴങ്ങിക്കൊടുക്കുകയും നിയമ ത്തിൽ ഭേദഗതി വരുത്തുകയും ചെയ്തു. പ്രകടമായും മുസ്ലീം പ്രീണന മായിരുന്നു ഇത്. ഈ നീക്കത്തിനെതിരെ കോൺഗ്രസിലെ മതനിരപേക്ഷ കാഴ്ചപ്പാടുള്ളവർ തന്നെ രംഗത്തുവന്നു. കേന്ദ്രമന്ത്രിയായിരുന്ന ആരിഫ് മുഹമ്മദ് ഖാൻ തൽസ്ഥാനം രാജിവെച്ചു. കോൺഗ്രസിന്റെ വർക്കിങ് പ്രസി ഡന്റായിരുന്ന കമലാപതിത്രിപാഠി പ്രസിഡന്റായ രാജീവ്ഗാന്ധിക്ക് തന്റെ അനിഷ്ടം പ്രകടമാക്കിക്കൊണ്ട് തുറന്ന കത്തെഴുതി.

മതനിരപേക്ഷവാദികളിലുയർന്ന ഈ എതിർപ്പിനെ മറികടക്കാൻ ഹിന്ദുമതമൗലികതയെ പ്രീണിപ്പിക്കുകയാണ് രാജീവ് ഗാന്ധി ചെയ്തത്. ബാബറി മസ്ജിദിനകത്ത് സ്ഥാപിക്കപ്പെട്ടിരുന്ന രാമക്ഷേത്രം നെഹ്റു വിന്റെ കാലം മുതൽ അടച്ചുപൂട്ടപ്പെട്ടുകിടക്കുകയായിരുന്നു. എന്നാൽ ഒരു ജില്ലാ കോടതി വിധിയുടെ മറവിൽ ഈ തർക്കസ്ഥലം ഹിന്ദുക്കൾക്ക് തുറന്നുകൊടുക്കാൻ രാജീവ് ഗാന്ധി തയ്യാറായി. ബാബറി മസ്ജിദ് വിഷ യത്തിൽ ഹിന്ദുമൗലികവാദികൾക്ക് മേൽക്കൈ നേടിക്കൊടുത്ത സംഭ വമായിരുന്നു ഇത്. നാടെമ്പാടും 'ഹിന്ദുസംഗമ'ങ്ങൾ സംഘടിപ്പിച്ചു കൊണ്ട് ഹിന്ദുവർഗ്ഗീയത ആളിക്കത്തിക്കാനുള്ള ഒരു അവസരമായി സംഘപരിവാർ ഇതിനെ ഉപയോഗിച്ചു. 1987 ജനുവരിയിൽ മുസ്ലീംലീഗ് അടക്കമുള്ള മുസ്ലീം സംഘടനകൾ റിപ്പബ്ലിക്ക് ദിനാഘോഷം ബഹിഷ്ക രിക്കുന്നതിന് തീരുമാനിച്ചത് ഇതിനെ തുടർന്നായിരുന്നു. ഇതൊക്കെയാ യിട്ടും ജനപിന്തുണ നഷ്ടപ്പെട്ടുകൊണ്ടിരിക്കുകയാണെന്ന് മനസ്സിലാ ക്കിയ രാജീവ്ഗാന്ധി ഹിന്ദുപ്രീണനനയങ്ങളുമായി മുന്നോട്ടുപോയി. അല ഹബാദ് ഹൈക്കോടതി തർക്കസ്ഥലത്ത് തൽസ്ഥിതി നിലനിർത്തണ മെന്നാണ് ബാബറി മസ്ജിദ് കേസിൽ വിധിച്ചിരുന്നത്. എന്നാൽ ആ വിധി കാറ്റിൽ പറത്തിക്കൊണ്ട് അയോധ്യയിലെ തർക്കസ്ഥലത്ത് 1989 നവം ബർ 8 ന് ഭൂമിപൂജയും നവംബർ 9 ന് രാമക്ഷേത്രനിർമ്മാണത്തിനുള്ള ശിലാസ്ഥാപനവും നടത്താൻ രാജീവ്ഗാന്ധി അനുമതി നൽകി. എന്നിട്ടും കോൺഗ്രസിന് ആ തെരഞ്ഞെടുപ്പിൽ രക്ഷപ്പെടാനായില്ലെന്നത് ചരിത്രം.

17

ഭാരതീയ ജനതാ പാർട്ടി

ജനസംഘം അടിയന്തരാവസ്ഥയിലൂടെയും അതിനെതിരായ പോരാ
ട്ടത്തിൽ രൂപംകൊണ്ട ജനതാപാർട്ടിയിലൂടെയും കടന്നുവന്നാണ് ഭാര
തീയ ജനതാപാർട്ടിയാകുന്നത്. അതുകൊണ്ടുതന്നെ ജനസംഘത്തിൽ
നിന്ന് വ്യത്യസ്തമായി ജനങ്ങളെ ആകർഷിക്കുന്ന ഒരു മുഖം മിനുക്ക
ലിന് ബി ജെ പി ശ്രമിച്ചു. അതിനാൽ രൂപീകരണത്തിന്റെ തൊട്ടടുത്ത
വർഷങ്ങളിൽ ജനസംഘത്തിൽ നിന്ന് വ്യത്യസ്തമായ ഒരു പാർട്ടിയാണ്
തങ്ങളുടേതെന്ന് വരുത്താനായിരുന്നു ബി ജെ പി നേതൃത്വത്തിന്റെ ശ്രമം.
ജനസംഘത്തെ നിയന്ത്രിച്ചുകൊണ്ടിരുന്നതും ഇപ്പോൾ ബി ജെ പിയെ
നിയന്ത്രിച്ചുകൊണ്ടിരിക്കുന്നതും ആർ എസ് എസ് ആണ്. ആർ എസ്
എസിന് യോജിക്കാനാവാത്ത നേതാവാണ് ഗാന്ധിജി; യോജിക്കാനാ
വാത്ത സിദ്ധാന്തമാണ് സോഷ്യലിസം. എന്നിട്ടും ബി ജെ പി അവരുടെ
ലക്ഷ്യം ഗാന്ധിയൻ സോഷ്യലിസം നടപ്പാക്കലാണ് എന്ന് പ്രഖ്യാപിച്ചു
കളഞ്ഞു. ഇന്ത്യൻ ജനതയുടെ സോഷ്യലിസ്റ്റ് ആഭിമുഖ്യവും കോൺഗ്ര
സിന്റെ ഗാന്ധിയൻ പാരമ്പര്യവും മുതലാക്കുക എന്നതായിരുന്നു ഈ
മുദ്രാവാക്യസ്വീകരണത്തിന്റെ പിന്നിലെ ദുഷ്ടലാക്ക്.

എ ബി വാജ്പേയി പ്രസിഡന്റ് പദവിയിലിരുന്ന 1980-86 കാലഘട്ട
ത്തിൽ പട്ടികജാതി പട്ടികവർഗ്ഗക്കാർ, നഗര-ഗ്രാമപ്രദേശങ്ങളിലെ ദാരി
ദ്ര്യമനുഭവിക്കുന്നവർ എന്നിവരുടെയൊക്കെ ആവശ്യങ്ങൾ ഉയർത്തിപ്പി
ടിച്ചുകൊണ്ട് തങ്ങളുടെ 'ഹിന്ദുത്വ'മുദ്രാവാക്യത്തെ മറച്ചുപിടിക്കാൻ
ബി ജെ പി കഠിനശ്രമം നടത്തി. എന്നാൽ ഹിന്ദുവോട്ടു നേടിക്കൊണ്ട്
ഈ തന്ത്രത്തെ മറികടക്കാനാണ് കോൺഗ്രസ് ശ്രമിച്ചത്. 1980 ലെ തെര
ഞ്ഞെടുപ്പിൽ കോൺഗ്രസിന്റെ പല സ്ഥാനാർത്ഥികളേയും വിജയിപ്പി
ക്കുന്നതിന് ആർ എസ് എസ് അരയും തലയും മുറുക്കി രംഗത്തിറങ്ങി.
സ്വന്തം കാല്ക്കീഴിലെ മണ്ണൊലിച്ചു പോകുന്നത് ബി ജെ പിക്ക് കണ്ടു
നില്ക്കേണ്ടതായി വന്നു.

ഒരു മദ്ധ്യവലതുപക്ഷ ബൂർഷ്വാപാർട്ടിയായി നിലനിന്നുകൊണ്ട്, ഒപ്പം ജനകീയ പ്രശ്നങ്ങളുയർത്തിക്കൊണ്ട് വളരുക എന്ന നയം പുനഃ പരിശോധിക്കാൻ ബി ജെ പി നിർബ്ബന്ധിതമായി. ഹിന്ദുത്വപാർട്ടിയായി തനിനിറം കാണിച്ചുകൊണ്ടുതന്നെ പ്രവർത്തിക്കാൻ അവർ തീരുമാനിച്ചു. എൽ കെ അദ്വാനി പ്രസിഡന്റുപദം വഹിച്ച 1986–89 കാലത്താണ് ഈ രൂപമാറ്റം അതിന്റെ പൂർത്തീകരണത്തിലേക്കെത്തുന്നത്. ആർ എസ് എ സിന്റെ സംവിധാനം എൽ കെ അദ്വാനിയിലൂടെ നിർവ്വഹിക്കപ്പെടുകയാ യിരുന്നു. രാമക്ഷേത്ര നിർമ്മാണം ലക്ഷ്യമായി പ്രഖ്യാപിക്കുകയും ഹിന്ദുത്വ അജണ്ടകൾ ഒന്നൊന്നായി പരസ്യപ്പെടുത്തുകയും ചെയ്തു. എന്തൊക്കെയായിരുന്നു അന്ന് നടന്നത്? ചിലതൊക്കെ ആർ എസ് എസും ജനസംഘവും ദീർഘകാലമായി എടുത്തു വന്നിരുന്ന നിലപാടുകളുടെ ആവർത്തനം തന്നെയായിരുന്നു. ഒന്ന്, ഏക ദേശീയ ശക്തിയായി ബി ജെ പിയെ മാത്രം ഉയർത്തിക്കാണിക്കുക. രണ്ട്, പെറ്റി ബൂർഷ്വാസിയുടെ സ്ഥിരം പരിപാടിയായ, തങ്ങൾ മുതലാളിത്തത്തിന് വേണ്ടിയോ സോഷ്യ ലിസത്തിനുവേണ്ടിയോ നിലകൊള്ളുന്നവരല്ലെന്ന് പ്രചരിപ്പിക്കുക. അതി നായി ദീനദയാൽ ഉപാദ്ധ്യായയുടെ 'ഏകാത്മ മാനവികത'യാണ് തങ്ങ ളുടെ സിദ്ധാന്തം എന്ന് പറയുക. മൂന്ന്, മുസ്ലീം വിരുദ്ധചിന്താഗതി ഉയർത്താവുന്ന ഏതൊരു വിഷയവും കുത്തിപ്പൊക്കുക. ഇതൊക്കെ ജന സംഘവും ആർ എസ് എസും ദീർഘകാലമായി പ്രചരിപ്പിച്ചുവരുന്നവ തന്നെയായിരുന്നു.

എന്നാൽ 1986 നു ശേഷം കൂടുതൽ അക്രമോത്സുകസമീപനത്തി ലേക്ക് ബി ജെ പി മാറി. മീനാക്ഷിപുരത്ത് നടന്ന മതപരിവർത്തന ശ്രമ ങ്ങളെ ഹിന്ദുസമൂഹത്തെ തകർക്കാനുള്ള ഇസ്ലാമിന്റെ വിധ്വംസകപ്ര വർത്തനമായി ചിത്രീകരിക്കുന്നതിൽ ആർ എസ് എസിനോടും വിശ്വ ഹിന്ദുപരിഷത്തിനോടുമൊപ്പം ബി ജെ പിയും അണിനിരന്നു. അയോ ദ്ധ്യയിൽ രാമക്ഷേത്രനിർമ്മാണം നടത്തണം എന്ന വിശ്വഹിന്ദു പരിഷ ത്തിന്റെ മുദ്രാവാക്യം ബി ജെ പി ഏറ്റെടുത്തു. 1989 ൽ പാലംപൂരിൽ നടന്ന ദേശീയ എക്സിക്യൂട്ടീവിലാണ് ബി ജെ പി ഈ മുദ്രാവാക്യം സ്വന്തമാക്കിയത്. കാശ്മീർ വിഭജനവാദവും അതിന്റെ അടിസ്ഥാനത്തി ലുള്ള ഭീകരവാദവും തലപൊക്കിയപ്പോൾ ഭരണഘടനയിൽ കാശ്മീരി നുള്ള പ്രത്യേകാവകാശങ്ങൾ എടുത്തുകളയണമെന്നും 370–ാം വകുപ്പു റദ്ദാക്കണമെന്നും ബി ജെ പി ആവശ്യപ്പെട്ടു. ബംഗ്ലാദേശിൽ നിന്നുള്ള അഭയാർത്ഥിപ്രവാഹത്തിന്റെ ഭാഗമായി ഹിന്ദുക്കൾ കടന്നുവരുന്നതിനെ സ്വാഗതം ചെയ്യുകയും അവരോടൊപ്പം മുസ്ലീങ്ങൾ കടന്നുവരുന്നതിനെ മുസ്ലീംവിരുദ്ധവികാരം ആളിക്കത്തിക്കുന്നതിന് വേണ്ടി ഉപയോഗപ്പെടു ത്തുകയും ചെയ്തു. ന്യൂനപക്ഷ കമ്മീഷനെയും അതിന്റെ പ്രവർത്തന ങ്ങളെയും ന്യൂനപക്ഷപ്രീണനമെന്ന് അധിക്ഷേപിക്കുവാൻ ബി ജെ പി തയ്യാറായി.

മുസ്ലിംജനവിഭാഗത്തെയാകെ ശത്രുവായി ചിത്രീകരിക്കുക എന്ന ലക്ഷ്യത്തിനു ചുറ്റും ഈ മുദ്രാവാക്യങ്ങളെയാകെ സംയോജിപ്പിച്ച് ഉപയോഗപ്പെടുത്തുകയാണ് ബി ജെ പി ചെയ്തത്. ഇന്ത്യ എന്നത് ഒരു ഹിന്ദുരാഷ്ട്രമാണെന്നും അത് അംഗീകരിക്കാതെ മതനിരപേക്ഷത പറയുന്ന രാഷ്ട്രീയപ്പാർട്ടികളെല്ലാം കപടമതനിരപേക്ഷതക്കാരാണ് എന്നുമാണ് ബി ജെ പി പ്രചരിപ്പിക്കുന്നത്. അതാവട്ടെ ഈ പാർട്ടികൾ നടത്തുന്നത് ന്യൂനപക്ഷപ്രീണനത്തിനും അവരുടെ വോട്ടുകൾ തട്ടിയെടുക്കുന്നതിനുമാണ്. യഥാർത്ഥ മതനിരപേക്ഷത ഇന്ത്യൻ സമൂഹത്തിന്റെ അന്തഃസത്തയായി ഹിന്ദുത്വത്തെ അംഗീകരിക്കലാണ്. 1986 മേയിൽ നടന്ന ദേശീയ കൗൺസിൽ യോഗത്തിൽ അദ്വാനി ഇക്കാര്യം അർത്ഥശങ്കയ്ക്കിടയില്ലാത്തവിധം വ്യക്തമാക്കി. "ദൗർഭാഗ്യവശാൽ നിരവധി രാഷ്ട്രീയക്കാർക്കും രാഷ്ട്രീയപ്പാർട്ടികൾക്കും മതനിരപേക്ഷതയെന്നത് ന്യൂനപക്ഷവിഭാഗങ്ങളുടെ വോട്ട് ഒന്നിച്ച് തട്ടിയെടുക്കുന്നതിനുവേണ്ടി അവരെ പ്രീണിപ്പിക്കുന്നതിനുള്ള ഒരു മൃദുക്തി മാത്രമാണ്." അടുത്ത യോഗമാവുമ്പോഴേക്ക് വാക്കുകൾ കൂടുതൽ പരുഷമായി. "നിരവധി രാഷ്ട്രീയ കക്ഷികൾക്കും ബുദ്ധിജീവികൾക്കും ഹിന്ദുയിസത്തോടുള്ള തങ്ങളുടെ അലർജി മറച്ചുവയ്ക്കുന്നതിനുള്ള ഒരു മൃദുക്തി മാത്രമാണ് മതനിരപേക്ഷത" എന്ന് പ്രഖ്യാപിച്ചുകൊണ്ട് കപടമതനിരപേക്ഷത തള്ളിക്കളയണമെന്ന് അദ്ദേഹം ആവശ്യപ്പെട്ടു.

'കപടമതനിരപേക്ഷത'യും 'ന്യൂനപക്ഷപ്രീണന'വും ബി ജെ പിയുടെ ഹിന്ദുത്വത്തേയും ഭൂരിപക്ഷവർഗ്ഗീയതയേയും മറച്ചുപിടിക്കുന്നതിനായി അവർ ഉപയോഗിച്ചുവരുന്ന രണ്ട് കപടസങ്കല്പങ്ങളാണ്. 'ഹിന്ദുത്വം' അംഗീകരിക്കുന്നവർ മാത്രമാണ് ബി ജെ പിയുടെ കണ്ണിൽ യഥാർത്ഥമതനിരപേക്ഷ വാദികൾ. അതിനെയാണവർ ക്രിയാത്മക മതനിരപേക്ഷത എന്ന് പേരിട്ടുവിളിച്ചത്. ന്യൂനപക്ഷാവകാശ സംരക്ഷണത്തിനായി ഉയർത്തുന്ന മുദ്രാവാക്യങ്ങളൊക്കെ അവരുടെ കണ്ണിൽ ന്യൂനപക്ഷ പ്രീണനമാണ്. ഭൂരിപക്ഷ വർഗ്ഗീയത വളർത്തിയെടുക്കുന്നതിന് ഒരു 'ശത്രു'വിനെ സ്ഥാപിച്ചെടുക്കുക എന്ന ലക്ഷ്യമാണ് അവർ ഇതിലൂടെ നേടിയെടുക്കുന്നത്. ആർ എസ് എസിന്റെയും ജനസംഘത്തിന്റെയും വായ്ത്താരികൾ തന്നെയായിരുന്നു ഇത്. എന്നാൽ ബി ജെ പിയുടെ പുതിയ കുപ്പിയിലൊഴിച്ചപ്പോൾ ഈ വീഞ്ഞിന് ജനപ്രീതി നേടിയെടുക്കുന്നതിനു കഴിഞ്ഞു.

18

സാമ്പത്തിക പ്രതിസന്ധിയും ഹിന്ദുത്വവും

ഇന്ത്യയിലെ ഭരണാധികാരിവർഗ്ഗം നെഹ്റുവിന്റെ കാലം മുതൽ തുടർന്നുവന്നിരുന്ന പാതയിൽ നിന്ന് വഴിമാറി സഞ്ചരിക്കാനാരംഭിച്ചത് പുത്തൻ സാമ്പത്തിക നയങ്ങൾ നടപ്പിലാക്കാനാരംഭിച്ചതോടെയാണ്. നെഹ്റുവിയൻ നയങ്ങൾ പ്രതിസന്ധിയിലായതോടെയാണ് പുത്തൻ സാമ്പത്തികനയങ്ങൾ നടപ്പിലാക്കേണ്ടിവരുന്നത്. രാജീവ്ഗാന്ധിയുടെ ഭര ണകാലത്താണ് ഈ നയങ്ങൾ നടപ്പിലാക്കപ്പെട്ടത്. വിപണിമൂല്യങ്ങളും ഉദാരവൽക്കരണവും മഹത്ത്വവൽക്കരിക്കപ്പെട്ടു. എന്നാൽ 1988–89 ഓടെ ഇന്ത്യൻ സമ്പദ്‌വ്യവസ്ഥ ഒരു ധനകാര്യപ്രതിസന്ധിയിലേക്ക് നീങ്ങി. രാഷ്ട്രീയരംഗത്താകട്ടെ ഇക്കാലത്ത് മതനിരപേക്ഷതയിൽ വിട്ടുവീഴ്ച കൾ നടത്തുകയും വിഘടനശക്തികൾ ദേശീയ ഐക്യത്തിന് ഗുരുതര മായ വെല്ലുവിളികൾ ഉയർത്തുകയും ചെയ്തു.

ഈ വ്യവസ്ഥാപരമായ പ്രതിസന്ധിക്ക് പരിഹാരമെന്ന നിലയിലാണ് ബി ജെ പിയുടെ ഹിന്ദുത്വ സിദ്ധാന്തം ഉയർത്തിക്കാണിക്കപ്പെട്ടത്. ഇന്ത്യ യുടെ ദേശീയ ഐക്യത്തെ സംരക്ഷിക്കുവാനും വിഘടനശക്തികളെ ഇല്ലായ്മചെയ്യുവാനുമുള്ള ഒറ്റമൂലിയായി ഹിന്ദുത്വം അവതരിപ്പിക്കപ്പെട്ടു. ഹിന്ദുഭൂരിപക്ഷത്തിന്റെ താല്പര്യം സംരക്ഷിച്ചുകൊണ്ടുള്ള മുതലാളിത്ത വികസനമാണ് ഇതിന് പിന്നിൽ ഒളിപ്പിക്കപ്പെട്ടത്. നെഹ്റുവിയൻ ചട്ട ക്കൂടുപൊളിക്കുന്നതിനെ ബി ജെ പി സർവ്വാത്മനാ പിന്തുണച്ചു. ഒപ്പം ഇന്ത്യൻ രീതിയിലുള്ള ഉദാരവല്ക്കരണത്തിന് വേണ്ടിയാണ് തങ്ങൾ നില കൊള്ളുന്നതെന്നും അവർ പ്രചരിപ്പിച്ചു. ബി ജെ പിയുടെ പ്രാക്രൂപ മായ ജനസംഘം നിയന്ത്രണങ്ങളില്ലാത്ത മുതലാളിത്ത വ്യവസ്ഥയ്ക്കു വേണ്ടിയാണ് നിലകൊണ്ടിരുന്നത്. ഉദാരവല്ക്കരണ നയങ്ങൾ തങ്ങൾ മുമ്പേ ആവശ്യപ്പെട്ടിരുന്നതാണെന്നും കോൺഗ്രസ് അത് ഇപ്പോഴേ നട പ്പിലാക്കുവാൻ തയ്യാറായുള്ളുവെന്നുമായിരുന്നു അവരുടെ ആക്ഷേപം.

രാജീവ്ഭരണകാലത്തെ സാമ്പത്തികനയങ്ങളുടെ പാപ്പരത്തമാണ് മദ്ധ്യവർഗ്ഗത്തിലെ ചില വിഭാഗങ്ങളും ഗ്രാമങ്ങളിലെ വരേണ്യവിഭാഗവും ബി ജെ പി യെ പിന്തുണയ്ക്കാനിടയാക്കിയത്. തുടക്കത്തിലത് വി പി സിങ്/ജനതാദൾ പ്രതിഭാസത്തിനനനുകൂലമായാണ് വന്നതെങ്കിലും ആ സംവിധാനത്തിന്റെ തകർച്ച ബി ജെ പിക്ക് ഗുണകരമായി ഭവിച്ചു. ബോഫേഴ്സ് അഴിമതിയിൽ രാജീവിന്റെ പങ്കും ഷബാനുകേസിൽ സ്വീക രിച്ച ന്യൂനപക്ഷപ്രീണനവും മുതലാക്കാൻ ഫലത്തിൽ ബി ജെ പിക്ക് കഴിഞ്ഞു. വ്യവസ്ഥക്കുള്ളിൽത്തന്നെ നിന്നുകൊണ്ട് കോൺഗ്രസിന് ബദ ലായി വളരുന്ന പരിശുദ്ധപ്രതിച്ഛായയുള്ള ഒരു പാർട്ടിയായി ബി ജെ പിയെ അവതരിപ്പിക്കാൻ അവർക്കായി. ഒരു ഭാഗത്ത് ഷാബാനു കേസിന്റെ പേരിൽ രാജീവ് ഭരണത്തിന്റെ ന്യൂനപക്ഷപ്രീണനത്തെ എതിർക്കുമ്പോൾത്തന്നെ മറുഭാഗത്ത് അയോദ്ധ്യയിൽ തർക്കസ്ഥലം തുറന്നുകൊടുത്ത രാജീവിന്റെ ഹിന്ദുപ്രീണനനയത്തെ മുതലാക്കുവാനും ബി ജെ പിക്ക് കഴിഞ്ഞു.

ചുരുക്കത്തിൽ രാജീവ് സ്വപ്നത്തിന്റെ തകർച്ച മദ്ധ്യവർഗ്ഗത്തിലൊരു വിഭാഗത്തിനെ ബി ജെ പിയുടെ കപട വാചാടോപത്തിൽ വീഴ്ത്തി. ദേശീയ ഐക്യത്തിനെതിരായും പഞ്ചാബിലെയും കാശ്മീരിലെയും ഹിന്ദുന്യൂനപക്ഷങ്ങൾക്കെതിരായും നടന്ന ആക്രമണങ്ങൾക്ക് വലിയ പ്രചാരം കിട്ടി. ബി ജെ പിയും ഉദാരവല്ക്കരണം തുടരുമെന്നത് അവർക്ക് ആഹ്ലാദം പകർന്നു. ദേശീയ ഐക്യത്തിന് നേരെ ഉയർന്ന വെല്ലുവി ളിയും രാജീവ് നയങ്ങൾക്കുണ്ടായ താല്ക്കാലിക പ്രതിസന്ധിയും മദ്ധ്യ വർഗത്തെ ബിജെ പിയുടെ കപട ദേശീയതയിലേക്കും കപട മതനിര പേക്ഷതയിലേക്കുമാണ് ആകർഷിച്ചത്.

വി പി സിങ് ഗവൺമെന്റ് മണ്ഡൽ കമ്മീഷൻ റിപ്പോർട്ട് നടപ്പിലാ ക്കാനാരംഭിച്ചത് അവരെ പിന്തുണച്ചിരുന്ന മദ്ധ്യവർഗ്ഗത്തിലൊരുവിഭാഗം തങ്ങളുടെ വിദ്യാഭ്യാസപരവും തൊഴിൽപരവുമായ അവസരങ്ങളെ തട്ടി യെടുക്കുന്ന ഒന്നായാണ് കണ്ടത്. ചരിത്രപരമായും സാമൂഹ്യപരമായും അടിച്ചമർത്തപ്പെട്ടിരുന്ന ഒരു വിഭാഗം ജനങ്ങൾക്ക് സംരക്ഷണം നൽകുന്ന മണ്ഡൽ കമ്മീഷൻ നിർദ്ദേശങ്ങളുടെ ജനാധിപത്യപരമായ വശത്തെ കാണാനവർ തയ്യാറായില്ല. ഫലത്തിൽ ആ വിഭാഗത്തിന്റെ ജനാധിപത്യ പരമായ അവകാശത്തെ നിഷേധിക്കുന്ന നിലപാടാണവർ എടുത്ത്. അങ്ങനെ ഉയർന്നുവന്ന സംവരണ വിരുദ്ധ പ്രക്ഷോഭത്തെ അയോദ്ധ്യാ ക്ഷേത്രനിർമ്മാണവുമായും അദ്വാനിയുടെ രഥയാത്രയുമായും സംയോ ജിപ്പിക്കുക എളുപ്പമായിരുന്നു. 1990 ബി ജെ പിയെ സംബന്ധിച്ചിടത്തോളം ഒരു നിർണ്ണായകവഴിത്തിരിവായി മാറി. റിട്ടയർ ചെയ്തവരും ജോലിയിൽ തുടരുന്നവരുമായ ബ്യൂറോക്രാറ്റുകൾ, സൈനിക ഉദ്യോഗസ്ഥർ, ബുദ്ധി ജീവികളിലൊരുവിഭാഗം ഒക്കെ ബി ജെ പിയുടെ ഹിന്ദുത്വ വേദിയിൽ അണിനിരക്കാൻ പരസ്യമായി മുന്നോട്ടുവന്നത് ആ വർഷമായിരുന്നു.

മദ്ധ്യവർഗ്ഗത്തിനിടയിലുണ്ടായ മാറ്റമിതായിരുന്നെങ്കിൽ ഇന്ത്യൻ ഭര

ണാധികാരിവർഗ്ഗത്തിന് നേതൃത്വം കൊടുക്കുന്ന വൻകിട ബൂർഷ്വാസി യിലുണ്ടായ മാറ്റം മറ്റൊരു വിധത്തിലായിരുന്നു. തങ്ങളുടെ വർഗ്ഗനില പാടിൽ നിന്നുകൊണ്ട് ദേശീയ മുന്നണി സർക്കാരിന്റെ പ്രകടനം തങ്ങൾക്കനുകൂലമല്ലെന്ന വിലയിരുത്തൽ അവർക്കിടയിലുണ്ടായി. മണ്ഡൽ വിരുദ്ധവികാരം ഈ ജനവിഭാഗത്തിനെയും സ്വാധീനിച്ചു. വാസ്തവത്തിൽ ഇന്ത്യയിലെ വൻകിട ബൂർഷ്വാസിയിലെ പരമ്പരാഗത വിഭാഗങ്ങളായ മാർവാഡി ബിസിനസ് കുടുംബങ്ങൾ വലിയ മതവിശ്വാ സികളും ഹിന്ദുതാല്പര്യമുള്ളവരുമാണ്. എന്നാൽ അത് പ്രകടിപ്പിക്കാതെ മതനിരപേക്ഷ വർഗ്ഗതാല്പര്യത്തോടൊപ്പമാണ് അവർ നിലകൊള്ളുന്നത്. സ്വാഭാവികമായും കോൺഗ്രസിനെ പിന്തുണയ്ക്കുന്നവരായിരുന്നു അവർ. എന്നാൽ 1990-91 ൽ ഈ ബന്ധത്തിൽ വിള്ളലുകളുണ്ടായി. രഥയാ ത്രയ്ക്കുശേഷം അദ്വാനി കൽക്കത്ത സന്ദർശിച്ചപ്പോൾ ആതിഥ്യമരുളി യത് ബിർളാകുടുംബമായിരുന്നു. അതിൽ നിരവധി വ്യവസായപ്രമുഖർ പങ്കെടുത്തു. ബിർളയുടെ ഉടമസ്ഥതയിലുള്ള സ്കൂളുകളിൽ പഠിച്ചിരുന്ന വിദ്യാർത്ഥികളുടെ കലാപ്രകടനവുമുണ്ടായിരുന്നു. ഇത് വെറുമൊരു സൗഹൃദ പ്രകടനമായിരുന്നില്ല. കോൺഗ്രസിന് ബദലായി ഇന്ത്യൻ വൻകിട ബൂർഷ്വാസിയിലൊരു വിഭാഗം ബി ജെ പിയെ അംഗീകരിക്കു ന്നതിന്റെ പ്രകടമായ തെളിവായിരുന്നു അത്. ബി ജെ പിക്ക് തെരഞ്ഞെ ടുപ്പ് ഫണ്ട് ഒഴുകിത്തുടങ്ങി. കോൺഗ്രസാവട്ടെ അധികാരം നഷ്ടപ്പെട്ട സ്ഥിതിയിലുമായിരുന്നു.

എന്നാൽ ഈ സ്ഥിതി ഏറെക്കാലം നീണ്ടുനിന്നില്ല. നരസിംഹറാവു പുത്തൻ സാമ്പത്തികനയം നടപ്പിലാക്കാൻ തുടങ്ങിയതോടെ കോൺഗ്ര സിൽ നിന്നകന്നവർ കോൺഗ്രസിനോട് അടുക്കാൻ തുടങ്ങി. വൻകിട ബൂർഷ്വാസിക്കിപ്പോഴാവശ്യം പുത്തൻ സാമ്പത്തികനയങ്ങൾ ത്വരിതപ്പെ ടുത്താൻ സ്ഥിരതയോടെ പ്രവർത്തിക്കുന്ന ഒരു ഗവൺമെന്റിനെയായി രുന്നു. ജനപ്രിയതയ്ക്കു വേണ്ടി ബി ജെ പി പുത്തൻ സാമ്പത്തിക നയ ത്തോട് കാണിക്കുന്ന എതിർപ്പ് ഭരണവർഗ്ഗത്തിനിഷ്ടപ്പെട്ടില്ല. തത്ത്വ ത്തിൽ പുത്തൻ സാമ്പത്തികനയത്തോട് എതിർപ്പു പ്രകടിപ്പിക്കുമെങ്കിലും ബി ജെ പിയുടെയും സാമ്പത്തികനയം അതുതന്നെയായിരുന്നു.

19

'92 ൽ ബി ജെ പിയുടെ സാമ്പത്തിക നയം

ആയിരത്തിത്തൊള്ളായിരത്തി തൊണ്ണൂറ്റിരണ്ട് മേയിൽ ഗാന്ധിന ഗറിൽ ചേർന്ന ബി ജെ പിയുടെ ഉന്നതതലയോഗം ഒരു സാമ്പത്തിക നയപ്രഖ്യാപനം അംഗീകരിക്കുകയുണ്ടായി. അവരുടെ പാർലമെന്റിലെ നയപ്രഖ്യാപനങ്ങളിൽ നിന്നും പ്രവർത്തനങ്ങളിലും നിന്നുതന്നെ ഉദാര വൽക്കരണത്തിനും സ്വകാര്യവൽക്കരണത്തിനും വേണ്ടിയാണ് അവർ നിലകൊള്ളുന്നതെന്ന് വ്യക്തമാക്കപ്പെട്ടിരുന്നു. എന്നാൽ അത് വാചക കസർത്തുകളിലൂടെ മറച്ചുപിടിക്കാനുള്ള ശ്രമമാണ് സാമ്പത്തിക നയ പ്രഖ്യാപനത്തിലൂടെ നടത്തിയത്.

കുത്തകനിയന്ത്രണ നിയമം

1991 ലെ തെരഞ്ഞെടുപ്പിൽ പ്രസിദ്ധീകരിച്ച മാനിഫെസ്റ്റോയിൽ കുത്തകനിയന്ത്രണനിയമം പൊളിച്ചെഴുതണമെന്നും കുത്തകകുടുംബ ങ്ങളുടെ സ്വത്തുപരിധി 100 കോടിയിൽ നിന്നും 1000 കോടിയാക്കി വർദ്ധി പ്പിക്കണമെന്നുമാണ് ആവശ്യപ്പെട്ടിരുന്നത്. അതായത് 1000 കോടിയിലേറെ ആസ്തിയുള്ളവരെ മാത്രമേ കുത്തകകളായി കാണാൻ പറ്റൂവെന്നായി രുന്നു ബി ജെ പി എടുത്ത നിലപാട്. ഈ നിലപാടിനനസൃതമായാണ് നരസിംഹറാവു ഗവൺമെന്റ് കുത്തക നിയന്ത്രണനിയമത്തിൽ കൊണ്ടു വന്ന ഭേദഗതിനിയമത്തെ പിന്തുണയ്ക്കാൻ ബി ജെ പി തയ്യാറാവുകയും ആ നിയമം പാസാവുകയും ചെയ്തത്.

പൊതുമേഖല പൊളിച്ചടുക്കുക

പ്രതിരോധം പോലെയുള്ള അപൂർവ്വം ചില മേഖലയിലൊഴികെ പൊതുമേഖലയുടെ ആവശ്യമില്ലെന്നും അതെല്ലാം സ്വകാര്യവല്ക്കരിക്ക

ണമെന്നുമാണ് ബി ജെ പിയുടെ നിലപാട്. പൊതുമേഖലയുടെ ഒന്നാംവ
ട്ട ഓഹരിവില്പന സംബന്ധിച്ച് അഴിമതി ആരോപണമുയർന്നുവന്ന
പ്പോൾ ഗവൺമെന്റിനെ രക്ഷിക്കുന്നതിനുവേണ്ടി മുന്നോട്ടുവരാൻ ബി
ജെ പി തയ്യാറായി. ഓഹരിവില്പനയ്ക്കായി ഒരു പ്രത്യേക കോർപ്പറേ
ഷൻ തന്നെ രൂപീകരിച്ച് അതിലൂടെ ക്രമമായി ഓഹരിവില്പന നടത്ത
ണമെന്ന് നിർദ്ദേശിക്കുവാൻ അവർ തയ്യാറായി.

ബാങ്കുകളുടെയും ധനകാര്യമേഖലയുടെയും സ്വകാര്യവൽക്കരണം

ദേശസാൽക്കരണ ബാങ്കുകളെ കർശനമായി പരിമിതപ്പെടുത്തു
കയും സ്വകാര്യബാങ്കുകളെ പ്രോത്സാഹിപ്പിക്കുകയും വേണമെന്നാണ്
ബി ജെ പിയുടെ നിലപാട്. ഇപ്പോഴത്തെ പൊള്ളയായ സ്വദേശി മുദ്രാ
വാക്യത്തിന്റെ ഭാഗമായി വിദേശബാങ്കുകളെയും നിയന്ത്രിക്കണമെന്നും
സ്വകാര്യമേഖലയിലുള്ള ഇന്ത്യൻ ബാങ്കുകളെ പ്രോത്സാഹിപ്പിക്കുകയും
വേണമെന്നാണ് ബി ജെ പിയുടെ ആവശ്യം.

ഭൂപരിഷ്കരണത്തോട് എതിർപ്പ്

ആലങ്കാരികമായി ഭൂപരിഷ്കരണത്തെക്കുറിച്ച് പറയാൻ ബി ജെ പി
തയ്യാറാവുമെങ്കിലും തങ്ങൾ ഭരിച്ച സംസ്ഥാനങ്ങളിലൊന്നുംതന്നെ ഭൂപ
രിഷ്കരണം നടപ്പിലാക്കാൻ അവർ തയ്യാറായിട്ടില്ല.

നെഹ്റുവിന്റെ സാമ്പത്തിക നയങ്ങളിൽ നിന്നുള്ള കോൺഗ്രസിന്റെ
പിൻമാറ്റം തങ്ങൾ ഉയർത്തിപ്പിടിച്ച സാമ്പത്തിക നയങ്ങൾക്കുള്ള നീതീ
കരണമായാണ് ബി ജെ പി പ്രചരിപ്പിക്കുന്നത്. നെഹ്റുവിന്റെ ആസൂത്രണം,
പൊതുമേഖല, ത്വരിതമായ വ്യവസായവല്ക്കരണം എന്നിവയ്ക്കൊക്കെ
വലതുപക്ഷത്തുനിന്നുള്ള ബദൽ സാമ്പത്തിക നയങ്ങളാണ് ജനസം
ഘവും ആർ എസ് എസുമൊക്കെ ഉയർത്തിപ്പിടിച്ചിരുന്നത്. അതുകൊ
ണ്ടുതന്നെ ബി ജെ പി യുടെ പാർലമെന്റിനകത്തെ വക്താക്കളായിരുന്ന
അദ്വാനിയും ജസ്വന്ത് സിങ്ങുമൊക്കെ പുത്തൻ സാമ്പത്തികനയത്തിനെ
സ്വാഗതം ചെയ്തത്, തങ്ങളെന്താണോ വാദിച്ചുവന്നിരുന്നത് അത് നട
പ്പിലാക്കുക മാത്രമാണ് പുത്തൻ സാമ്പത്തികനയത്തിലൂടെ കോൺഗ്രസ്
ചെയ്യുന്നത് എന്ന് പറഞ്ഞുകൊണ്ടായിരുന്നു.

എന്തായാലും അടിസ്ഥാന സാമ്പത്തിക നയത്തിന്റെ കാര്യത്തിൽ
കോൺഗ്രസും ബി ജെ പിയും തമ്മിൽ വ്യതിരികതമായൊന്നുമില്ലെന്ന്
സാധാരണ രാഷ്ട്രീയനിരീക്ഷകർക്കുപോലും എളുപ്പം മനസ്സിലാകും.
എന്നാൽ ഇതിനിടയിൽ ആർ എസ് എസിന്റെ സ്വദേശി മുദ്രാവാക്യ
ത്തിനും ബി ജെ പി പ്രചരണം കൊടുത്തുകൊണ്ടിരിക്കും. സാമ്രാജ്യ
ത്വവിരുദ്ധസ്വഭാവമുള്ള ജനങ്ങളെ ആകർഷിക്കുന്നതിന് വേണ്ടിമാത്രമാ
ണിങ്ങനെ ചെയ്യുന്നത്. ഇന്ത്യയിലെ വൻകിട ബൂർഷ്വാസിതന്നെ ബഹു
രാഷ്ട്രകുത്തകകളുമായി കൂടുതൽ കൂടുതൽ സഹകരിക്കണമെന്ന നില

പാടെടുക്കുകയും അതിനുവേണ്ടി വാദിക്കുകയും ചെയ്യുമ്പോൾ ഇന്ത്യൻ ബൂർഷ്വാസിയെ രക്ഷിക്കുന്നതിന് സ്വദേശി മുദ്രാവാക്യം ഉയർത്തുന്ന തെന്തിന് എന്ന കാര്യം യുക്തിഭദ്രമായി വിശദീകരിക്കാൻ ബി ജെ പി നേതൃത്വത്തിന് പോലും കഴിയുന്നില്ല.

1992 ൽ ആഗസ്റ്റിൽ നടന്ന ഭോപ്പാൽ ദേശീയ എക്സിക്യൂട്ടീവിൽ 'സ്വാശ്രയത്തോടെയുള്ള ഉദാരവല്ക്കരണം' എന്ന ഒരു മുദ്രാവാക്യമു യർത്തുകയുണ്ടായി. ഇന്ത്യനവസ്ഥയിൽ ഉദാരവല്ക്കരണം എന്നതി നർത്ഥം സ്വാശ്രയത്വത്തെ തുരങ്കംവയ്ക്കുക എന്നതായിരിക്കെ ഇത് ജന ങ്ങളുടെ കണ്ണിൽ പൊടിയിടുന്നതിനുള്ള മുദ്രാവാക്യമായല്ലാതെ മറ്റെ ന്തായാണ് കാണാനാവുക. ബി ജെ പിയുടെ സാമ്പത്തിക നയത്തിന്റെ അന്തഃസത്തയെന്നത് അവ്യക്തതയും ജനങ്ങളുടെ യഥാർത്ഥ സാമ്പ ത്തിക പ്രശ്നങ്ങളിൽ നിന്നുള്ള ഒളിച്ചോട്ടവുമാണ്. 1992 മേയിൽ അംഗീ കരിച്ച സാമ്പത്തികനയത്തെ സ്വദേശി സമീപനം എന്നാണ് അവർ പേരി ട്ടുവിളിച്ചത്. സാമ്പത്തിക വികസനത്തോടൊരു മാനവികസമീപനം എന്നാണ് അതിനെ അവർ വിശദീകരിച്ചത്. ഭൂപ്രഭുക്കളുടെ കൈയിൽ ഭൂമി കേന്ദ്രീകരിക്കപ്പെടുന്നതിനെയോ, സ്വത്ത് മുഴുവൻ കുത്തകകളുടെ കൈയിൽ കേന്ദ്രീകരിക്കപ്പെടുകയോ ചെയ്യുന്നതിനെക്കുറിച്ച് അവർ ക്കൊന്നും പറയാനില്ല. കൂടുതൽ സമ്പന്നരായവരിൽ നിന്ന് കൂടുതൽ നികുതി പിരിക്കണമെന്ന് അവർ ആവശ്യപ്പെടുന്നില്ല; എന്തിന് കോർപ്പ റേറ്റ് മേഖലയെ നിയന്ത്രിക്കേണ്ടതാണെന്ന അഭിപ്രായം പോലും അവർ ക്കില്ല. കർഷകരെ കുറിച്ച് മുതലക്കണ്ണീരൊഴുക്കാനവർ തയ്യാറാവും. എന്നാൽ കർഷകർ ദുരിതമനുഭവിക്കേണ്ടിവരുന്നതിന്റെ മൂലകാരണമെ ന്താണെന്ന് അവർ അന്വേഷിക്കുക പോലുമില്ല.

ഇതാണ് ബി ജെ പിക്ക് ഭരണം കിട്ടിയ സംസ്ഥാനങ്ങളിലും നടക്കു ന്നത്. കോൺഗ്രസ് ഭരിക്കുന്ന സംസ്ഥാനങ്ങളിൽ നിന്ന് ഒട്ടും വ്യത്യസ്ത മല്ല ബി ജെ പി ഭരിക്കുന്ന സംസ്ഥാനങ്ങളുടെ സ്ഥിതി. ബി ജെ പിയെ നയിക്കുന്ന വൻകിട ബിസിനസ്-ഭൂപ്രഭു-വ്യാപാരി അടിത്തറയാണിതിന് കാരണം.

20
ബാബറി മസ്ജിദ്

ഇന്ത്യയുടെ ജനാധിപത്യപരവും മതനിരപേക്ഷവുമായ അടിത്തറ തകർക്കുന്നതിന് വേണ്ടിയുള്ള ശക്തമായ ഒരു ആക്രമണമായിരുന്നു ബാബറി മസ്ജിദിന് നേരെ സംഘപരിവാര ശക്തികൾ 1992 ഡിസംബർ ആറിന് നടത്തിയത്. അയോധ്യയിൽ ശ്രീരാമൻ ജനിച്ച സ്ഥലമാണെന്ന് പൂജാരികൾ അവകാശപ്പെടുന്ന നിരവധി ക്ഷേത്രങ്ങളുണ്ട്. എന്നാൽ ബാബറി പള്ളി നിലനിൽക്കുന്നിടത്ത് ഒരു രാമക്ഷേത്രമുണ്ടായിരുന്നു വെന്നും ആക്രമണകാരിയായ ബാബർ ആ ക്ഷേത്രം പൊളിച്ചുകള ഞ്ഞാണ് അവിടെ പള്ളി പണിതതെന്നും ഉള്ള പ്രചാരണം ഹിന്ദുവർഗ്ഗീ യവാദികൾ സ്വാതന്ത്ര്യലബ്ധിക്കു മുമ്പുതന്നെ ആരംഭിച്ചിരുന്നു. നെഹ്റു വിന്റെ കാലത്ത് പള്ളിക്കകത്ത് ഒരു വിഗ്രഹം ഒളിച്ചുകടത്തി പ്രതിഷ്ഠി ച്ച് ഈ അവകാശവാദം സ്ഥാപിച്ചെടുക്കുന്നതിനുള്ള ശ്രമം നടന്നെങ്കിലും തർക്കസ്ഥലം പൂട്ടിയിട്ട് പ്രശ്നമൊഴിവാക്കാനാണ് നെഹ്റു ശ്രമിച്ചത്.

1857 ലെ ഒന്നാം സ്വാതന്ത്ര്യസമരത്തിൽ ഹിന്ദുക്കളും മുസ്ലീങ്ങളും ഒന്നിച്ചുനിന്നാണ് പോരാടിയത്. ജനങ്ങളൊന്നായി ബ്രിട്ടീഷുകാർക്കെ തിരെ പോരാടിക്കൊണ്ടിരുന്നപ്പോൾ ഭൂരിപക്ഷം വരുന്ന മഹന്തുക്കളും ബ്രിട്ടീഷുകാരുടെ പക്ഷത്തായിരുന്നു. ഈ ബ്രിട്ടീഷ് പാദസേവയുടെ ഭാഗ മായാണ് ഹിന്ദുക്കൾക്ക് ബാബറി മസ്ജിദിനു മുമ്പിൽ ആരാധനയ്ക്ക് സ്ഥലം നൽകിയത്. ഇത് അയോധ്യയിലെ ഹിന്ദു-മുസ്ലീം ഐക്യത്തെ തർക്കുന്നതിനുള്ള ഗൂഢാലോചനയുടെ ഫലമായിരുന്നു. തുടർന്ന് അസ്വാ രസ്യങ്ങളുണ്ടായപ്പോൾ ഐക്യംനിലനിർത്താൻ ശ്രമിച്ച രാംചരൺദാസും ഫൈസാബാദ് മൗലവിയും ധാരണയുണ്ടാക്കി. ഇതിന് പ്രതികാരമായാണ് അവരെ രണ്ടുപേരെയും 1858 മാർച്ച് 10 ന് ബ്രിട്ടീഷുകാർ പരസ്യമായി തൂക്കിലേറ്റിയത്.

1857 ലെ കലാപത്തെ തുടർന്ന് തങ്ങളുടെ ഭരണമുറപ്പിക്കാൻ ബ്രിട്ടീ ഷുകാരാണ് ബോധപൂർവ്വം വർഗ്ഗീയ വിഭജനമുണ്ടാക്കിയത്. ബാബറി മസ്ജിദിനെ കുറിച്ചുള്ള തർക്കം ആദ്യമായി ഉയർത്തിവിട്ടതും പ്രചരിപ്പി ച്ചതും അവരായിരുന്നു. ബാബറി മസ്ജിദിനെ സംബന്ധിച്ചുള്ള വ്യാജ പ്രചാരണത്തിന്റെ ഫലമായുളവായ വർഗ്ഗീയ പിരിമുറുക്കം ഉപയോഗി ച്ചാണ് ബ്രിട്ടീഷുകാർ ഔധ് പിടിച്ചടക്കിയത്.

ഗാന്ധിവധത്തിനുശേഷം നിരോധനം നേരിട്ട ആർ എസ് എസിന് കോൺഗ്രസിൽ അംഗത്വം നൽകുവാൻ കോൺഗ്രസ് വർക്കിങ് കമ്മറ്റി തീരുമാനമെടുക്കുകയുണ്ടായല്ലോ. ആർ എസ് എസുകാർക്ക് കോൺഗ്ര സിൽ അംഗത്വം നൽകുന്നതിനെ ശക്തമായി എതിർത്ത ജവാഹർലാൽ നെഹ്റു വിദേശപര്യടനത്തിലായ തക്കം നോക്കിയാണ് കോൺഗ്രസിലെ ഹിന്ദുത്വവാദികൾ ഈ തീരുമാനമെടുത്തത്. നെഹ്റുവിന്റെ ശക്തമായ ഇടപെടലിനെ തുടർന്നാണ് 1949 നവംബറിൽ ആ തീരുമാനം റദ്ദ് ചെയ്യു ന്നത്. ബാബറി മസ്ജിദിനുള്ളിൽ രാമവിഗ്രഹം പ്രത്യക്ഷപ്പെടുന്നതിനു പിന്നിൽ പ്രവർത്തിച്ചത് ഈയൊരു കൂട്ടുകെട്ടായിരുന്നു.

ബാബറി മസ്ജിദിന്റെ തർക്കത്തിലേക്ക് നയിച്ച രാഷ്ട്രീയ സാഹ ചര്യമെന്തായിരുന്നുവെന്നറിയുമ്പോഴാണ് കോൺഗ്രസിന്റെ ഹിന്ദുത്വാനു കൂല വർഗ്ഗീയവാദത്തിന്റെ ആഴവും അപകടവും ബോദ്ധ്യമാവുക. കോ ൺഗ്രസിന്റെ പ്രമുഖ നേതാവായിരുന്ന ആചാര്യ നരേന്ദ്രദേവ് ആ പാർട്ടി യിൽനിന്നും രാജിവെച്ചതിനെ തുടർന്ന് എം പി സ്ഥാനവും രാജിവെച്ചു. ഫൈസാബാദ് മണ്ഡലത്തെ പ്രതിനിധീകരിച്ച നരേന്ദ്രദേവിന്റെ രാജിയെ തുടർന്ന് ഉപതെരഞ്ഞെടുപ്പിലേക്ക് കാര്യങ്ങളെത്തി. ഉപതെരഞ്ഞെടുപ്പിൽ നരേന്ദ്രദേവിനെതിരെ ഹിന്ദുത്വ വിഭാഗീയതയാണ് കോൺഗ്രസ് ഉപയോ ഗിച്ചത്. അദ്ദേഹത്തിനെതിരെ ബാബറി മസ്ജിദ് തർക്കപ്രശ്നമാക്കുന്ന തിനായി, അതിലേക്ക് അതിക്രമിച്ചു കടന്ന ഹിന്ദുമഹാസഭാ നേതാവ് ബാബ രാഘവദാസിനെയാണ് കോൺഗ്രസ് സ്ഥാനാർത്ഥിയാക്കിയത്. ഹിന്ദുമഹാസഭാ നേതാക്കളായ ബാബരാഘവദാസ്, ദിഗ് വിജയ്നാഥ്, സ്വാമി കർപത്നി തുടങ്ങിയവരുടെ കാർമ്മികത്വത്തിലാണ് 9 ദിവസം നീണ്ടുനിന്ന അഖണ്ഡനാമ പരിപാടി നടന്നത്. 1949 ഡിസംബർ 22 നാണ് ബാബറി മസ്ജിദിനകത്തേക്ക് സീതയുടെയും രാമന്റെയും വിഗ്രഹങ്ങൾ ഒളിച്ചുകടത്തിയത്; വിഗ്രഹങ്ങൾ സ്വയംഭൂവായി എന്ന കള്ളക്കഥയാണ് പ്രചരിപ്പിച്ചത്. പള്ളിക്കകത്ത് അതിക്രമിച്ച് കടന്നവർ ഫൈസാബാദ് ജില്ലാ ഭരണകൂടത്തിന്റെ ചെലവിലാണ് അവിടെ പൂജ ആരംഭിച്ചത്. ഇന്ത്യൻ മതനിരപേക്ഷതയ്ക്ക് കനത്ത പ്രഹരമേല്പിച്ചുകൊണ്ടാണ് കോൺഗ്രസ് ഹിന്ദുമഹാസഭാനേതാവായ ബാബ രാഘവദാസിനെ സ്ഥാനാർത്ഥിയാ ക്കിയതും ആചാര്യ നരേന്ദ്രദേവിനെപ്പോലുള്ള ഒരു ദേശീയ നേതാവി നെ ഹിന്ദു വർഗ്ഗീയത ഇളക്കിവിട്ട് പരാജയപ്പെടുത്തിയതും.

ഷാബാനുകേസിൽ മുസ്ലീം മതമൗലികവാദികളെ പ്രീണിപ്പിക്കുന്ന തിന് വേണ്ടി സുപ്രീംകോടതി വിധി മറികടക്കുന്നതിനായി നിയമം

നിർമ്മിച്ച രാജീവ്ഗാന്ധി മറുഭാഗത്ത് ഹിന്ദുവർഗ്ഗീയവാദികളെ പ്രീണി പ്പിക്കുന്നതിനായി ഈ തർക്കസ്ഥലം ഒരു ജില്ലാക്കോടതിവിധിയുടെ മറ വിൽ തുറന്നുകൊടുക്കുകയും അവിടെ പൂജനടത്തുന്നതിനായി അനു മതി നൽകുകയും ചെയ്തിരുന്നുവെന്നത് മുമ്പെ പരാമർശിക്കപ്പെട്ട വിഷ യമാണ്. ഈ പ്രീണനത്തെ പൂർണ്ണമായി ഉപയോഗപ്പെടുത്താൻ സംഘ പരിവാർ ശക്തികൾക്ക് കഴിഞ്ഞു. പ്രധാനമന്ത്രിയായിരുന്ന രാജീവ്ഗാ ന്ധിയുടെ അനുമതിയോടെ അയോദ്ധ്യയിലെ തർക്കസ്ഥലത്ത് 1989 നവം ബർ 8 ന് ഭൂമിപൂജയും നവംബർ 10 ന് രാമക്ഷേത്രനിർമ്മാണത്തിനുള്ള ശിലാസ്ഥാപനവും നടന്നു. തർക്കസ്ഥലത്ത് തൽസ്ഥിതി തുടരണമെന്ന അലഹബാദ് ഹൈക്കോടതിയുടെ വിധി പരസ്യമായി ലംഘിച്ചു കൊണ്ടാണിത് നടന്നത്. എന്നാൽ ഈ ഹിന്ദുപ്രീണനം കൊണ്ട് കോൺഗ്രസിന്റെ സ്ഥിതി മെച്ചപ്പെട്ടില്ല. വി പിസിംഗാണ് അധികാരത്തിൽ വന്നത്. മറ്റുപിന്നോക്ക ജാതിക്കാർക്ക് കേന്ദ്രസർവ്വീസിൽ സംവരണം ഏർപ്പെടുത്തുന്നതിന് നിർദ്ദേശിക്കുന്ന മണ്ഡൽകമ്മീഷൻ റിപ്പോർട്ട് നട പ്പാക്കുന്നതിന് വി പി സിങ്ങിന്റെ ഭാഗത്തുനിന്ന് നടപടികളുണ്ടായി. ഇതോടെ മണ്ഡൽ വിരുദ്ധപ്രക്ഷോഭവും സാമ്പത്തിക സംവരണവാദവും ശക്തിപ്പെട്ടു. ഹിന്ദു ഐക്യമെന്ന ബി ജെ പിയുടെ മുദ്രാവാക്യത്തിൽ വിള്ളൽ വരുത്തുന്നതായിരുന്നു മണ്ഡൽകമ്മീഷൻ റിപ്പോർട്ട് എന്ന തിനാൽ സംഘപരിവാർ ശക്തമായ സമരമുറകളാണ് അതിനെതിരെ അഴിച്ചുവിട്ടത്. ജാതീയമായ ഭിന്നതകൾ ശക്തിപ്പെടുത്തുന്നതിന് ഇത് ഇടയാക്കി. വി പി സിംഗിനെ തുടർന്ന് കോൺഗ്രസിന്റെ നരസിംഹ റാവുവാണ് പ്രധാനമന്ത്രിയായത്.

1990 ഒക്ടോബർ 30 ന് ശ്രീരാമക്ഷേത്രത്തിന്റെ നിർമ്മാണമാരംഭി ക്കുമെന്ന് വിശ്വഹിന്ദുപരിഷത്ത് പ്രഖ്യാപിച്ചു. ഒക്ടോബർ 5 മുതൽ ഒരു മാസക്കാലം അദ്വാനിയുടെ നേതൃത്വത്തിൽ രഥയാത്ര നടത്തി. ഒക്ടോ ബർ 30 മുതൽ നവംബർ 7 വരെ സംഘപരിവാർ നേതൃത്വത്തിൽ കർസേവ നടത്തി. കർസേവയുടെ രണ്ടാംഘട്ടം ഡിസംബർ ആറിന് ആരംഭിക്കുമെന്ന് വി എച്ച് പി പ്രഖ്യാപിച്ചു. 1990 ഡിസംബറിൽ ഉത്ത രേന്ത്യയിലുടനീളം വർഗ്ഗീയലഹളകൾ അഴിച്ചുവിട്ടു. 1990 ഡിസംബർ 8 ന് ഗോമതി എക്സ്പ്രസിൽ നടന്ന ആക്രമണത്തിൽ 82 പേർ കൊല്ലപ്പെ ട്ടു. ഇതിനോടനുബന്ധിച്ചു നടന്ന ലഹളകളിൽ 120 പേർ കൊല്ലപ്പെട്ടു. ഇതൊക്കെത്തന്നെ ബാബറിമസ്ജിദ് തകർക്കുന്നതിന്റെ മുന്നോടിയായി നടന്ന പ്രചാരണപരിപാടിയായിരുന്നു.

1992 ഡിസംബർ 6 ന് ബാബറി മസ്ജിദ് സംഘപരിവാർ ശക്തികൾ തകർത്തു. അന്ന് ഉത്തർപ്രദേശ് മുഖ്യമന്ത്രിയായിരുന്ന കല്യാൺസിങ്ങും വിജയരാജസിന്ധ്യയടക്കമുള്ള ആർ എസ് എസ് നേതാക്കളും കോട തിക്കു നൽകിയ ഉറപ്പുകളെല്ലാം കാറ്റിൽപ്പറത്തിയാണ് ബാബറി മസ്ജിദ് തകർത്തത്. വിശ്വാസത്തിന്റെ കാര്യത്തിൽ കോടതികൾക്ക് യാതൊര ധികാരവുമില്ല എന്ന ധിക്കാരപരമായ നിലപാടാണ് അവർ സ്വീകരിച്ചത്.

എന്നാൽ സംസ്ഥാന ഗവൺമെന്റിന് മീതെ നിയന്ത്രണാധികാരമുള്ള ഒരു കേന്ദ്രഗവൺമെന്റും അതിനൊരു പ്രധാനമന്ത്രിയുമുണ്ടായിരുന്നു. പ്രധാനമന്ത്രി സന്ദർശനത്തിനെത്തുകയോ ബാബറി മസ്ജിദ് പൊളിക്കുന്നത് തടയാൻ ശ്രമിക്കുകയോ ചെയ്തില്ല. ഫലത്തിൽ കോൺഗ്രസിന്റെ ഹിന്ദുത്വ പ്രീണന നയം ഏറ്റവുമേറെ പ്രകടമായ ഒന്നായിരുന്നു ബാബറി പള്ളി പൊളിക്കൽ.

നിലവിലുണ്ടായിരുന്ന രാമക്ഷേത്രം നശിപ്പിച്ച് അതിന്റെ സ്ഥാനത്താണ് ബാബറി മസ്ജിദ് പണിതുയർത്തിയത് എന്നും അതിനാൽ ഈ പൊളിച്ചുമാറ്റൽ ന്യായീകരിക്കാവുന്നതാണെന്നുമാണ് സംഘപരിവാറിന്റെ വാദം. എന്നാൽ ബാബറി മസ്ജിദിന് മുമ്പ് അവിടെയുണ്ടായിരുന്നു എന്ന് പറയപ്പെടുന്ന ഒരു കെട്ടിടത്തിന്റെയും അവശിഷ്ടങ്ങൾ സംശയാതീതമായ സ്വഭാവമുള്ളവയല്ല. സാകേത് എന്നറിയപ്പെട്ട ബുദ്ധമതകേന്ദ്രങ്ങളിലൊന്നായിരുന്നു അയോദ്ധ്യ എന്നാണ് ചില പഠനങ്ങൾ വ്യക്തമാക്കിയിട്ടുള്ളത്. ബാബറി മസ്ജിദ് നിന്നിടുത്തു തന്നെയാണ് രാമൻ ജനിച്ചത് എന്ന ആർ എസ് എസിന്റെ അവകാശവാദവും അതിനെ അടിസ്ഥാനമാക്കിയുള്ള പ്രചാരണവും രാഷ്ട്രീയാവശ്യങ്ങൾക്കു വേണ്ടി ഹിന്ദുമതവികാരമിളക്കിവിടുന്നതിന് ഉദ്ദേശിച്ചുള്ളതാണ്.

21

ദീപസ്തംഭം മഹാശ്ചര്യം

ആർ എസ് എസിന്റെ അടിസ്ഥാനഗ്രന്ഥമായ *വിചാരധാരയിൽ* ഗോൾവാൾക്കർ ഇന്ത്യൻ ദേശീയതയുടെ മുഖ്യശത്രുക്കളായി വിശേഷി പ്പിച്ചത് ക്രിസ്ത്യാനികളെയും മുസ്ലീങ്ങളും കമ്യൂണിസ്റ്റുകാരെയുമാണ്. ഈ മൂന്നുകൂട്ടരുടെയും തത്ത്വസംഹിതകൾ വിദേശികളാൽ രൂപപ്പെട്ട താണ് എന്നതാണ് അദ്ദേഹം കണ്ടെത്തിയ ന്യായം. വിദേശീയമായാൽ അത് എത്ര നല്ലതായാലും സ്വദേശിക്കെതിരാണ് എന്ന ന്യായമുപയോ ഗിച്ച് എതിർക്കുക എന്ന നയമാണ് ഗുരുജിയും ശിഷ്യരും അനുവർത്തി ച്ചുവന്നിരുന്നത്. എന്നാൽ ബ്രിട്ടീഷുകാരോട് മാപ്പുപറഞ്ഞു രക്ഷപ്പെട്ട ശിഷ്യൻമാരുമുണ്ട്. ഇതൊക്കെയാണെങ്കിലും മുസ്ലീങ്ങളെയും ക്രിസ്ത്യാ നികളെയും കമ്യൂണിസ്റ്റുകാരെയും എതിർക്കുന്നതിൽ യാതൊരു വിട്ടു വീഴ്ചയും അവർ കാണിക്കാറുമില്ല.

ക്രിസ്തുമതവിശ്വാസികൾ ഭരിക്കുന്ന രാജ്യമാണല്ലോ അമേരിക്കയും ബ്രിട്ടനും. അവിടെനിന്ന് വിശേഷിച്ചും ക്രിസ്ത്യാനികൾ നേതൃത്വം കൊടു ക്കുന്ന ബഹുരാഷ്ട്ര കുത്തക കമ്പനികളിൽ നിന്ന് വരുന്ന ഡോളറിനും പൗണ്ടിനുമൊന്നും യാതൊരു അസ്പൃശ്യതയും കല്പിക്കുവാൻ ആർ എസ് എസ് നേതൃത്വം തയ്യാറാവുന്നില്ലെന്നതാണ് സമീപകാല സംഭവ വികാസങ്ങൾ വെളിവാക്കുന്നത്. 1978 ൽ യു എസ് എ യിലെ മെരിലാന്റ് ആസ്ഥാനത്തെ ലോകബാങ്കിൽ ഉദ്യോഗസ്ഥനായിരുന്ന ഒരു ഇന്ത്യക്കാ രൻ സ്ഥാപിച്ചതാണ് ഇന്ത്യയുടെ വികസനത്തിനും ദുരിതാശ്വാസത്തിനും വേണ്ടിയുള്ള നിധി (ഇന്ത്യ ഡവലപ്മെന്റ് ആന്റ് റിലീഫ് ഫണ്ട്–ഐ ഡി ആർ എഫ്) എന്ന ജീവകാരുണ്യ സ്ഥാപനം. ഇത് ആർ എസ് എസിന്റെ ഒരു അമേരിക്കൻ മുഖമായാണ് പ്രവർത്തിച്ചുവരുന്നത്. ഇവർ മുഖേന 1994 നും 2000 നും ഇടയിൽ ആർ എസ് എസിന്റെ സംഘപരിവാര ത്തിൽപ്പെട്ട സംഘടനകൾക്ക് ഏകദേശം 20 കോടി രൂപ അമേരിക്കയിൽ

നിന്ന് മാത്രം ലഭിച്ചുവെന്നതാണ് 'സ്റ്റോപ്പ് ഫണ്ടിങ് ഹേറ്റ്' എന്ന സംഘ ടന നടത്തിയ അന്വേഷണം വെളിപ്പെടുത്തിയിട്ടുള്ളത്. ഈ കണ ക്കൊക്കെ അവിടുത്തെ ഹിന്ദുത്വവാദികളിൽ നിന്ന് ശേഖരിച്ചിട്ടുള്ളതാണെ ങ്കിൽ ആർ എസ് എസിനെ കുറ്റപ്പെടുത്താനാവില്ല. കാരണം വിശ്വത്തി ലാകെയുള്ള ഹിന്ദുവിനെ സംരക്ഷിക്കുവാൻ ഒരു വിശ്വഹിന്ദുപരിഷത്തും അതിനൊരു അഖിലലോക പ്രസിഡന്റുമൊക്കെ അവർക്കുണ്ടല്ലോ? സിസ്കോ, സൺമൈക്രോസിസ്റ്റംസ്, എ ഒ എൽ, ടൈം വാർണ്ണർ, ഹ്യൂലൈറ്റ് പക്കാർഡ് എന്നിങ്ങനെ അമേരിക്ക കേന്ദ്രമായി പ്രവർത്തി ക്കുന്ന ബഹുരാഷ്ട്ര കുത്തക കമ്പനികളിൽ നിന്നാണ് ഈ പണത്തി ലേറിയ പങ്കും ഐ ഡി ആർ എഫിന് ലഭിച്ചിട്ടുള്ളത്. ഐ ഡി ആർ എഫ് ഇതിൽ ഏറ്റവും കൂടുതൽ സംഖ്യ കൊടുത്തിട്ടുള്ളത് വനവാസി കല്യാൺ ആശ്രം എന്ന ആദിവാസികൾക്കിടയിൽ പ്രവർത്തിക്കുന്ന സംഘപരിവാർ സംഘടനയ്ക്കാണ്. ബിഹാറിൽ പ്രവർത്തിക്കുന്ന വികാസ് ഭാരതി, തമിഴ്‌നാട് കേന്ദ്രമായി പ്രവർത്തിക്കുന്ന സ്വാമി വിവേ കാനന്ദ റൂറൽ ഡെവലപ്പ്‌മെന്റ് സൊസൈറ്റി, ന്യൂഡൽഹി കേന്ദ്രമായി പ്രവർത്തിക്കുന്ന സേവാഭാരതി, കർണ്ണാടകയിലെ ജനസേവാ വിദ്യാ കേന്ദ്രം, ഉത്തർപ്രദേശിലെ ഗിരിവാസി വനവാസി സേവാപ്രകൽപ്പ്, മഹാ രാഷ്ട്രയിൽ പ്രവർത്തിക്കുന്ന ജി ദേശ്‌പാണ്ഡെ വനവാസി ഹസ്തിഗ്രഫ് എന്നിങ്ങനെ നേരിട്ട് ആർ എസ് എസുമായി ബന്ധമുള്ളതും ആർ എസ് എസുകാർ മുഖ്യ ചുമതലക്കാരായി പ്രവർത്തിക്കുന്നതുമൊക്കെയായ സംഘടനകൾക്കാണ് ഈ വിദേശപണത്തിന്റെ ഏറിയപങ്കും ലഭിച്ചിട്ടു ള്ളത്. സ്വാമി വിവേകാനന്ദ റൂറൽ ഡവലപ്‌മെന്റ് സൊസൈറ്റി പോലു ള്ളവ ആദിവാസികളെ ഹിന്ദുമാർഗ്ഗത്തിൽ ജീവിക്കൻ പഠിപ്പിക്കുന്നവയാണ്.

'സ്റ്റോപ്പ് ഫണ്ടിംഗ് ഹേറ്റ്' എന്ന സംഘടന 'കാവി ഡോളർ പദ്ധതി' എന്ന് പേരിട്ടാണ് ഐ ഡി ആർ എഫിന്റെ ആർ എസ് എസ് അനുകൂല പ്രവർത്തനം തുറന്നുകാണിക്കാൻ ഇറങ്ങിപ്പുറപ്പെട്ടത്. 2001 നവംബർ 20ന് അവർ 91 പേജുള്ള ഒരു അന്വേഷണ റിപ്പോർട്ട് പുറത്തിറക്കി. ബഹു രാഷ്ട്ര കുത്തക കമ്പനികൾ സർക്കാരിന് സമർപ്പിച്ച രേഖകൾ അടക്കം തെളിവായി ഉന്നയിച്ചുകൊണ്ടുള്ളതായിരുന്നു അന്വേഷണ റിപ്പോർട്ട്. വികസനത്തിനും ദുരിതാശ്വാസത്തിനും വേണ്ടിയുള്ള നിധി എന്ന പേരി ലാണ് ഐ ഡി ആർ എഫ് ഈ പണമെല്ലാം ശേഖരിക്കുന്നത്. എന്നാൽ കൊടുക്കുന്നത് ഹിന്ദുക്കൾക്കും 'ഹിന്ദുത്വ അനുകൂല സംഘടനകൾക്കും മാത്രം. ഗുജറാത്തിലെ ഭൂകമ്പത്തിനിരയായവർക്ക് ഇവർ പണം കൊടുത്തു. പക്ഷെ ഹിന്ദുകുടുംബങ്ങൾക്ക് മാത്രം. ന്യൂയോർക്കിലെ ലോകവ്യാപാര സംഘടനയുടെ ആസ്ഥാനം തകർന്ന് മരിച്ചവരുടെ ആശ്രി തർക്ക് ധനസഹായം കൊടുത്തു. കൊടുത്തത് പക്ഷേ ബംഗ്ലാദേശിലെയും കാശ്മീരിലെയും ഹിന്ദുക്കൾക്ക് മാത്രം. എന്നാൽ ഗുജറാത്തിൽ കൂട്ട ക്കൊലക്കിരയയ്യവരുടെ ആശ്രിതർക്ക് ധനസഹായം നൽകാൻ ഐ ഡി ആർ എഫ് മുന്നോട്ടുവന്നില്ല എന്നതും ശ്രദ്ധിക്കപ്പെടേണ്ടതാണ്. ഗുജറാ

ത്തിലെ കൂട്ടക്കൊലയിൽ മുസ്ലീങ്ങൾക്കെതിരായി ആദിവാസികൾ സംഘ ടിതമായി തന്നെ പങ്കെടുത്തിരുന്നുവെന്ന് റിപ്പോർട്ടുകളുണ്ടായിരുന്നു. ഐ ഡി ആർ എഫ് ധനസഹായം നൽകി വളർത്തിയെടുത്ത വനവാസി കല്യാൺ ആശ്രമത്തിന്റെ ശിക്ഷണം ലഭിച്ച ആദിവാസികളുടെ 'നവ ഹിന്ദു'ത്വമാണ് അവരെ ആക്രമണകാരികളാക്കിയത്. 1998 ൽ മദ്ധ്യപ്ര ദേശിൽ ക്രിസ്ത്യാനികൾ ആക്രമിക്കപ്പെട്ടപ്പോഴും ആദിവാസികളുടെ പങ്കാളിത്തമുണ്ടായിരുന്നു. സേവാഭാരതിയും വനവാസി കല്യാൺ ആശ്ര മവുമൊക്കെ സ്പോൺസർ ചെയ്തവരായിരുന്നു അവർ.

ഐ ഡി ആർ എഫിന്റെ ഭാരവാഹികൾക്കിടയിൽ പലരും ആർ എസ് എസ് അംഗത്വമുള്ളവരാണ്. അമേരിക്കയിലും ബ്രിട്ടനിലുമക്കെ ഹിന്ദു സ്വയംസേവക് സംഘ് എന്ന പേരിലാണ് ആർ എസ് എസുകാർ പ്രവർത്തിച്ചുവരുന്നത്. സോഫ്റ്റ് വെയർ മേഖലയിൽ പ്രവർത്തിക്കുന്ന പ്രൊഫഷണലുകളാണ് മുഖ്യമായും ഹിന്ദു സ്വയം സേവക് സംഘങ്ങ ളിൽ പ്രവർത്തിക്കുന്നത്. ഇന്ത്യയിലെ സാധാരണക്കാരന്റെ നികുതിപ്പ ണമുപയോഗിച്ച് പഠിച്ചുയർന്ന് മസ്തിഷ്കചോർച്ചയുണ്ടാക്കി നാടിനെ നഷ്ടപ്പെടുത്തി പണമുണ്ടാക്കുന്നവരാണ് തങ്ങൾ എന്ന കുറ്റബോധം ഇവർക്കുണ്ട്. അത് മുതലെടുത്ത് ഇന്ത്യയുടെ വികസനത്തിനും ദുരിതാ ശ്വാസത്തിനുമായി എന്തെങ്കിലും ചെയ്യുന്നവരെ പ്രോത്സാഹിപ്പിക്കുക യാണ് ഐ ഡി ആർ എഫ് ചെയ്യുന്നത്. 'ഇന്ത്യ വെറുമൊരു രാജ്യമല്ല, അത് നമ്മുടെ മാതാവാണ്. മാതാവിനു വേണ്ടി സേവനം ചെയ്യേണ്ടത് നമ്മുടെ കടമയാണ്' എന്നാണ് ഐ ഡി ആർ എഫ് പഠിപ്പിക്കുന്നത്. ഈ പ്രചാരണത്തിലൂടെ പ്രൊഫഷണലുകളെയും ഉന്നത ഉദ്യോഗം ലഭി ച്ചവരെയും ഐ ഡി ആർ എഫ് സ്വാധീനിക്കുന്നു. ആ സ്വാധീനമുപ യോഗപ്പെടുത്തി അവർ ജോലി ചെയ്യുന്ന സ്ഥാപനങ്ങളിൽ നിന്ന് പണം സംഭരിക്കുന്നു. ഇങ്ങനെ സംഭരിക്കപ്പെടുന്ന പണമാണ് ഇവിടെ ആർ എസ് എസിനെ വളർത്താനും ന്യൂനപക്ഷങ്ങളെ ആക്രമിക്കാനും ഉപ യോഗിക്കുന്നത്. ഈ തന്ത്രം തന്നെ ബ്രിട്ടനിലും ഉപയോഗിക്കുന്നതായി ചാനൽ 4 എന്ന വാർത്താ ചാനലും റിപ്പോർട്ട് ചെയ്തിട്ടുണ്ട്. സേവാ ഇന്റർനാഷണൽ എന്ന സംഘടന വഴി ബ്രിട്ടനിൽ നിന്ന് ആർ എസ് എസ് ശേഖരിക്കുന്ന പണം കണ്ണൂർ ജില്ലയിൽ സേവാഭാരതിയെന്ന ആർ എസ് എസ് സംഘപരിവാർ സംഘടനയ്ക്ക് പോലും കിട്ടുന്നുന്നുണ്ടെ ന്നാണ് അവർ വെളിപ്പെടുത്തിയിരിക്കുന്നത്. അമേരിക്കയിലെ ഐ ഡി ആർ എഫിന്റെ സ്ഥാനമാണ് ബ്രിട്ടനിൽ സേവാ ഇന്റർനാഷണലിനുള്ളത്. പണത്തിനു മാത്രം ഹിന്ദുവെന്നോ മുസ്ലീമെന്നോ സ്വദേശിയെന്നോ വിദേ ശിയെന്നോ ഉള്ള വേർതിരിവില്ല.

22

ഗുജറാത്ത്

രണ്ടായിരത്തി ഒമ്പതിലെ ലോകസഭാ തെരഞ്ഞെടുപ്പിൽ ബി ജെ പിയുടെ പ്രധാനമന്ത്രി സ്ഥാനാർത്ഥി 'ലോഹ പുരുഷ'നായ എൽ കെ അദ്വാനിയായിരുന്നു. 2013 ആയപ്പോൾ അദ്ദേഹം ദ്രോഹ പുരുഷനായിരി ക്കുന്നു. 'വികാസ് പുരുഷ'നെന്ന് ബി ജെ പിക്കാരാൽ വിശേഷിപ്പിക്കപ്പെ ടുന്ന നരേന്ദ്രമോദിയിപ്പോൾ അവരുടെ പ്രധാനമന്ത്രി സ്ഥാനാർത്ഥിയായി നിർദ്ദേശിക്കപ്പെട്ടിരിക്കുന്നു. 2009 ലെ 'ലോഹ പുരുഷൻ' പ്രയോഗം വെറും തട്ടിപ്പായിരുന്നുവെന്ന് ഭംഗ്യന്തരേണ സമ്മതിച്ചിരിക്കുകയാണ് ബി ജെ പി. അദ്വാനിയുടെ എതിർപ്പിനെ തള്ളിക്കളഞ്ഞ് ആർ എസ് എസ് കേന്ദ്ര നേ തൃത്വത്തിന്റെ ആജ്ഞ നടപ്പാക്കുകയാണ് ബി ജെ പിയുടെ കേന്ദ്ര നേ തൃത്വം ചെയ്യുന്നത്.

ബി ജെ പി ഇപ്പോൾ മോദിയെ പ്രധാനമന്ത്രി സ്ഥാനാർത്ഥിയായി നിയോഗിച്ചതോ മുൻപ് അദ്വാനിയെ ആ സ്ഥാനത്ത് അവതരിപ്പിച്ചതോ ഒന്നും തന്നെ ബി ജെ പി എന്ന പാർട്ടിയുടെ ഏതെങ്കിലും സംഘടനാ വേദിയുടെ തീരുമാനപ്രകാരം ആയിരുന്നില്ല. മറിച്ച് സംഘപരിവാർ അത് അടിച്ചേല്പിക്കുകയാണ് ഉണ്ടായത്. ബി ജെ പി ജനാധിപത്യപാർട്ടിയാ ണെന്ന പ്രചരണം തന്നെ അർത്ഥശൂന്യമാണെന്നാണ് ഇത് കാണിക്കു ന്നത്. ബി ജെ പി തെരഞ്ഞെടുപ്പ് വിജയത്തിന് ഗുജറാത്ത് മോഡലിൽ തീവ്രഹിന്ദുത്വ അജണ്ട നടപ്പാക്കാൻ പോകുന്നുവെന്നും ഇതിലൂടെ വ്യക്ത മാകുന്നു.

ഇന്ത്യയിൽ സാമൂഹിക-സാമ്പത്തിക-രാഷ്ട്രീയ രംഗങ്ങളിൽ നേരി ട്ടുകൊണ്ടിരിക്കുന്ന പ്രശ്നങ്ങൾക്കെല്ലാമുള്ള പ്രതിവിധിയാണ്-ഒറ്റമൂലി യാണ്-മോദി എന്ന് പ്രചരിപ്പിക്കുന്നതിനായി എ പി സി ഒ വേൾഡ്വൈ ഡ് എന്ന പ്രചാരണ സ്ഥാപനത്തിന് പ്രതിമാസം 25,000 ഡോളറാണ് നൽകപ്പെടുന്നത്. എ പി സി ഒയുടെ ഡയറക്ടർമാരിൽ ഇസ്രയേലിന്റെ വിദേശരംഗത്ത് പ്രവർത്തിച്ചിരുന്നവരും റിട്ടയർ ചെയ്തവരുമായ ഉദ്യോ

ഗസ്ഥ പ്രമുഖരാണുള്ളത്. വിവിധ രാജ്യങ്ങളിലെ ഏകാധിപതികൾ ആ
വരുടെ കുറ്റകൃത്യങ്ങൾ മായ്ച്ചുകളഞ്ഞ് വെള്ളപൂശി വെളുപ്പിക്കുന്നതിന്
ഇവരെയാണ് വാടകയ്ക്കെടുക്കാറുള്ളത്. പുകയില ഉല്പന്നങ്ങൾ കാൻസ
റുണ്ടാക്കുമെന്ന് തെളിയിക്കപ്പെട്ടപ്പോൾ അതിനെ മറച്ചുവെച്ച് പ്രചാരവേല
നടത്തുന്നതിനായി അമേരിക്കയിലെ പുകയില വ്യാപാര ലോബി വാടക
യ്ക്കെടുത്തത് ഈ സ്ഥാപനത്തെയാണ്. മോദി നയിക്കുന്ന ബി ജെ പി
യുടെ അഖിലേന്ത്യാ രാഷ്ട്രീയ പ്രചാരവേലയ്ക്കും നിയോഗിക്കപ്പെട്ടിരി
ക്കുന്നത് ഈ വിഭാഗംതന്നെ.

മോദിക്കുവേണ്ടി ഇക്കൂട്ടർ നടത്തിയ പ്രചരണത്തിലൊന്ന് നമുക്ക്
ഉദാഹരണത്തിനെടുക്കാം. ഉത്തരാഖണ്ഡിൽ പ്രകൃതിദുരന്തമുണ്ടായ
പ്പോൾ 80 കാറുകൾ വാടകയ്ക്കെടുത്ത് 15,000 ഗുജറാത്തി തീർത്ഥാട
കരെ മോദി രക്ഷിച്ചു എന്ന ഒരു കഥ ദുരന്തകാലത്ത് വ്യാപകമായി പ്രച
രിപ്പിക്കപ്പെട്ടു. കേരളത്തിലെ മാദ്ധ്യമങ്ങൾ ചിലതും ആ കഥ ഏറ്റുപാടി.
ഒരു സെക്കന്റുപോലും വിശ്രമമില്ലാതെ 80 കാറുകളും അതിലെ ഡ്രൈ
വർമാരും പ്രവർത്തിച്ചാൽപ്പോലും ഇത്രയും ദുരിതബാധിതരെ രക്ഷിക്ക
ണമെങ്കിൽ അവർ 2932 മണിക്കൂർ പ്രവർത്തിക്കണം. ദുരന്തം നടന്ന
സ്ഥലം, ദുരിതബാധിതരെ എത്തിക്കേണ്ട രക്ഷാകേന്ദ്രം, അവിടേക്ക് ഓ
ടിയെത്താനും തിരിച്ചുവരാനുമെടുക്കുന്ന സമയം, ഒരു കാറിൽക്കൊള്ളി
ക്കാവുന്ന തീർത്ഥാടകരുടെ എണ്ണം ഇതൊക്കെ കണക്കിലെടുത്താണ്
ഏതാണ്ട് 10 ദിവസം വേണമെന്ന് കണക്കാക്കിയത്. എന്നാൽ മോദിയുടെ
വൈതാളികവൃന്ദം പ്രചരിപ്പിച്ചത് ഒറ്റ ദിവസം 80 കാറുകൾ, 15,000 തീർ
ത്ഥാടകർ എന്നായിരുന്നു. ഒരു ദുരന്തത്തെപ്പോലും എങ്ങനെയാണ് മോ
ദിസംഘം മുതലാക്കിയതെന്ന് നോക്കുക.

ഇത് ഒരു മോദിയുടേയോ പ്രചരണസംഘത്തിന്റെയോ മാത്രം താല്
പര്യത്തിൽ നടക്കുന്നതല്ല. ഇന്ത്യയിലേയും വിദേശത്തെയും കുത്തക
മുതലാളിമാർ തങ്ങളാഗ്രഹിക്കുംവിധം ഇന്ത്യയെ 'പരിഷ്കരിക്കുന്ന'തിന്
ഏറ്റവും അനുയോജ്യനായ വ്യക്തിയായി ഇന്ന് കാണുന്നത് നരേന്ദ്രമോ
ദിയെയാണ്. ഒപ്പം ആർ എസ് എസിന്റെ നേതൃത്വത്തിലുള്ള ഹിന്ദുത്വ
വാദികൾ തങ്ങളുടെ ഹിന്ദുത്വ അജണ്ട നടപ്പാക്കുന്നതിന് ഏറ്റവും അനു
യോജ്യനായ വ്യക്തി നരേന്ദ്രമോദിയാണെന്നും കരുതുന്നു. അതുകൊ
ണ്ടാണ് ലോഹപുരുഷനെ തഴയുകയും വികാസ് പുരുഷനെ പ്രധാന
മന്ത്രി സ്ഥാനാർത്ഥിയാക്കാൻ ബി ജെ പി നിശ്ചയിക്കുകയും ചെയ്തത്.

2002 ൽ ഗുജറാത്തിൽ നടന്ന മുസ്ലീം വംശഹത്യയെക്കുറിച്ചും അ
തിൽ മോദിക്കുള്ള പങ്കിനെക്കുറിച്ചും ഏറെ വിശദീകരിക്കപ്പെട്ടിട്ടുള്ളതാണ്.
അതിൽത്തന്നെ മോദിയുടെ പങ്കിനെക്കുറിച്ച് ഒട്ടെറെ വിശദാംശങ്ങൾ
പിന്നീട് പുറത്തുവന്നിട്ടുമുണ്ട്. അക്കാര്യത്തിലേക്ക് ഇപ്പോൾ കടക്കുന്നില്ല.
വികസനകാര്യത്തിൽ ഇന്ത്യയ്ക്കാകെ മാതൃകയായ ഒരു സംസ്ഥാനമാണ്
ഗുജറാത്തെന്നും അതിന് നേതൃത്വംകൊടുത്തത് മോദിയാണെന്നും ഗുജ
റാത്ത് മാതൃകയിൽ ഇന്ത്യയെയാകെ വികസിപ്പിക്കുന്നതിന് മോദി പ്രധാ
നമന്ത്രിയായി വരണമെന്നുമാണ് ബി ജെ പി പ്രചരിപ്പിച്ചുവരുന്നത്.

സംസ്ഥാനതല ആഭ്യന്തര ഉല്പാദനത്തിന്റെ കാര്യത്തിൽ ഇന്ത്യ

യിലെ ഏറ്റവും ഉയർന്ന ആറു സംസ്ഥാനങ്ങളിൽ ഒന്നാണ് ഗുജറാത്ത്. ഉല്പാദനമേഖലയിൽ നിക്ഷേപം കൊണ്ടുവരുന്നതിൽ ഗുജറാത്തിന് ഉ യർന്ന സ്ഥാനമുണ്ട്. എന്നാൽ ഇതൊന്നുമല്ല അവകാശവാദം. തീർത്ഥാ ടകരെ രക്ഷിച്ചതിന്റെ കണക്കുപറഞ്ഞതുപോലെയാണ് അത്. മോദിയുടെ ജീവചരിത്രകാരൻ പറഞ്ഞതുപോലെ 2009 ലെ പ്രഖ്യാപനത്തിന്റെ 3.2 ശതമാനം മാത്രമാണ് നടപ്പായതെങ്കിൽ 2011 ലെ അവകാശവാദത്തിൽ നടപ്പിലായത് വെറും 0.5 ശതമാനം മാത്രം.

ഈ വൻ അവകാശവാദംകൊണ്ട് ഗുജറാത്തിലെ സാധാരണ ജന ത്തിന്, തൊഴിലാളിക്ക്, കർഷകന്, ദരിദ്ര ജനവിഭാഗത്തിന് എന്താണ് കിട്ടിയത്? മറ്റു സംസ്ഥാനങ്ങളെ, എന്തിന് ഉത്തരപ്രദേശിനെ അപേക്ഷി ച്ചുപോലും പോഷകാഹാരക്കുറവ് കൂടുതൽ അനുഭവപ്പെടുന്ന സംസ്ഥാ നമാണ് ഗുജറാത്ത്. ഛത്തീസ്ഗഢിലും ഒറീസയിലും അനുഭവപ്പെടുന്ന തിന് സമാനമാണ് ഗുജറാത്തിലെ കുട്ടികളിൽ അനുഭവപ്പെടുന്ന പോഷ കാഹാര ദാരിദ്ര്യം. യൂനിസെഫ് ഈയിടെ പുറത്തിറക്കിയ കണക്കുകൾ പ്രകാരം ഗുജറാത്തിലെ ഓരോ രണ്ടാമത്തെ കുട്ടിയും പോഷകാഹാര ക്കുറവും മൂന്നാമത്തെയും നാലാമത്തെയും കുട്ടികൾ വിളർച്ചാരോഗവും കൊണ്ട് കഷ്ടപ്പെടുന്നവരാണ്. സാമൂഹ്യ മുന്നേറ്റത്തിന്റെ മറ്റൊരു സൂച കമായി കണക്കാക്കാവുന്നതാണ് ശിശുമരണനിരക്. ഗുജറാത്തിൽ അത് ആയിരത്തിന് നാല്പത്തിനാലാണ്. സംസ്ഥാനങ്ങളുടെ കാര്യത്തിൽ 11–ാം സ്ഥാനമാണ് ഗുജറാത്തിന് അക്കാര്യത്തിലുള്ളത്. കേരളത്തിലെ ആദി വാസി മരണത്തെയും ശിശുമരണത്തെയുംകുറിച്ച് ഉമ്മൻചാണ്ടി പറഞ്ഞ തുപോലെ മോദിയും കുറ്റപ്പെടുത്തിയത് ഗുജറാത്തിലെ അമ്മമാരെയാണ്. അവർ ആവശ്യത്തിന് ഭക്ഷണം കഴിക്കാത്തതുകൊണ്ടാണത്രെ ശിശുമ രണം സംഭവിക്കുന്നത്. അവർക്ക് കഴിക്കാൻ ഭക്ഷണം കിട്ടുന്നില്ലെന്ന കാര്യം മോദി മറച്ചുവെയ്ക്കുകയാണ്.

അടിസ്ഥാന സൗകര്യ വികസനകാര്യത്തിലെ മുന്നേറ്റമാണ് മോദി യുടെ പ്രചരണരംഗത്തെ പ്രധാനപ്പെട്ട ഒരിനം. എന്നാൽ ദരിദ്രജനവിഭാ ഗത്തിന് അടിസ്ഥാന സൗകര്യങ്ങളൊരുക്കി കൊടുക്കുന്നതിൽ ഏറ്റവും പിന്നിലാണ് ഗുജറാത്ത്. 67 ശതമാനം ജനങ്ങൾക്ക് ടോയ്‌ലറ്റുകളില്ല. 16.7 ശതമാനത്തിന് മാത്രമാണ് ശുദ്ധജല ലഭ്യത ഉറപ്പുവരുത്തിയിരിക്കുന്നത്. കുട്ടികളെ സ്കൂളിലെത്തിക്കുന്ന കാര്യത്തിൽ ഗുജറാത്തിന് 18–ാം സ്ഥാ നമാണുള്ളത്. ദേശീയ ശരാശരി 39.3 ശതമാനമായിരിക്കെ ഗുജറാത്തിൽ 36.3 ശതമാനം കുട്ടികൾ മാത്രമാണ് പാഠശാലയിലെത്തുന്നത്. പട്ടിക ജാതി/പട്ടികവർഗ്ഗ വിഭാഗങ്ങളിലെ കുട്ടികളുടെ കൊഴിഞ്ഞുപോക്കും ഗുജ റാത്തിൽ ദേശീയ ശരാശരിയേക്കാൾ എത്രയോ ഉയർന്നതാണ്. ദേശീയ ശരാശരി 49.3 ശതമാനമാണെങ്കിൽ ഗുജറാത്തിലത് 57.9 ശതമാനമാണ്. പെൺ ഭ്രൂണഹത്യ ഏറ്റവും കൂടുതൽ നടക്കുന്ന സംസ്ഥാനങ്ങളിലൊ ന്നാണ് ഗുജറാത്തെന്നതിനാൽ 2001ൽ ആയിരത്തിന് 921 സ്ത്രീകളുണ്ടാ യിരുന്നത് 2011 ആയപ്പോഴേക്ക് 918 ആയി കുറഞ്ഞുവെന്ന് മാത്രമല്ല 6 വയസ്സുവരെയുള്ള കുട്ടികളിലെ ലിംഗാനുപാത നിരക്ക് ആയിരത്തിന് 886 മാത്രമാണ്.

രാജ്യത്ത് സമ്പന്നരും ദരിദ്രരും തമ്മിലുള്ള വിടവ് ഏറ്റവും അധിക മുള്ള സംസ്ഥാനം ഗുജറാത്താണ്. ആസൂത്രണകമ്മീഷന്റെ കണക്കനു സരിച്ച് ആളോഹരി വരുമാനത്തില്‍ 8-ാം സ്ഥാനമാണ് ഗുജറാത്തിനു ള്ളത്. ആളോഹരി വരുമാനത്തില്‍ വര്‍ദ്ധനവുണ്ടാക്കാന്‍ കഴിഞ്ഞപ്പോള്‍ തന്നെ അസമത്വത്തിന്റെ കാര്യത്തിലും വന്‍ വര്‍ദ്ധനവാണ് ഗുജറാത്തി ലുണ്ടായത്. ഏററവും കുറഞ്ഞ കൂലിനിരക്കുള്ള സംസ്ഥാനമാണിന്ന് ഗുജറാത്ത്. അവിടെ ഗ്രാമങ്ങളില്‍ അസംഘടിത മേഖലയിലെ തൊഴി ലാളികള്‍ക്ക് കിട്ടുന്ന കൂലി പ്രതിദിനം 69 രൂപ മാത്രമാണ്. സ്ത്രീകള്‍ ക്കാവട്ടെ 56 രൂപ മാത്രവും. 40 കര്‍ഷക ആത്മഹത്യകള്‍ ഗുജറാത്തില്‍ 2012 ആഗസ്തിനും ഡിസംബറിനുമിടയില്‍ നടന്നു. ഇതാണ് വികസന പുരുഷന്റെ സ്വന്തം ഗുജറാത്തിലെ സാധാരണക്കാരുടെ സ്ഥിതി.

എന്നാല്‍ കുത്തകകള്‍ക്ക് ഏറെ ആഹ്ലാദകരമാണ് ഗുജറാത്തിലെ സ്ഥിതി. ഇന്ത്യയിലെ വന്‍കിട കുത്തകകളെല്ലാം മോദിക്ക് സ്തുതിപാടു ന്നവരാണ്. അവിടെ ഭൂമി വന്‍തോതിലാണ് കുറഞ്ഞവിലയ്ക്ക് കോര്‍പ്പ റേറ്റുകള്‍ക്ക് നല്‍കിക്കൊണ്ടിരിക്കുന്നത്. ഇതില്‍ വനഭൂമിയടക്കമ്പെടും. എന്നാല്‍ അതേസമയംതന്നെ ആദിവാസികള്‍ക്ക് നിയമപ്രകാരം ലഭ്യ മാക്കപ്പെട്ട വനാവകാശ നിയമങ്ങള്‍ നിര്‍ലജ്ജം ലംഘിക്കപ്പെടുന്നു. വ നാവകാശനിയമം നടപ്പാക്കുന്നതില്‍ ഏറ്റവും മോശപ്പെട്ട പ്രകടനം കാഴ് ചവെച്ച സംസ്ഥാനമാണ് ഗുജറാത്ത്. ഗോത്രവര്‍ഗ്ഗ ജനത പട്ടയംകിട്ടുന്ന തിനുവേണ്ടി സമര്‍പ്പിച്ച 1.20 ലക്ഷം അപേക്ഷകളാണ് നിര്‍ദാക്ഷിണ്യം തള്ളിക്കളഞ്ഞത്. ഗുജറാത്ത് ഹൈക്കോടതിക്കുപോലും ഈ നീതിനി ഷേധത്തിനെതിരെ ഇടപെടല്‍ നടത്തേണ്ടതായി വന്നു. കോര്‍പ്പറേറ്റു കള്‍ക്ക് ദാനം നല്‍കുന്നതിനായി 55,000 ഏക്കര്‍ ഭൂമി നിര്‍ബന്ധിതമായി ഏറ്റെടുത്തതിനെതിരെ അതിശക്തമായ ഒരു കര്‍ഷക പ്രക്ഷോഭമാണ വിടെ നടന്നുകൊണ്ടിരിക്കുന്നത്. ശക്തിയായ എതിര്‍പ്പുണ്ടായിട്ടും 750 ഹെക്ടര്‍ സ്ഥലം മാരുതി സുസുക്കിക്ക് നല്‍കി.

സി എ ജിയുടെ കണക്കുകള്‍ പ്രകാരം മോദി ഗവണ്‍മെന്റ് 1275 കോടി രൂപയുടെ നേട്ടമാണ് കോര്‍പ്പറേറ്റുകള്‍ക്ക് ഉണ്ടാക്കിക്കൊടുത്തത്. അഡാനി, എസ്സാര്‍, റിലയന്‍സ്, ലാര്‍സന്‍ & ടൂബ്രോ എന്നീ കോര്‍പ്പറേ റ്റുകളാണ് ഇതില്‍നിന്ന് നേട്ടമുണ്ടാക്കിയത്.

അഴിമതിയുടെ കാര്യത്തിലും മോദി ഗവണ്‍മെന്റ് ഒട്ടും മെച്ചപ്പെട്ട സ്ഥിതിയിലല്ല. ബാബു ബൊഖിരിയ എന്ന മന്ത്രി ഈയിടെയാണ് അഴി മതിക്കേസില്‍ ശിക്ഷിക്കപ്പെട്ടത്. എന്നിട്ടും പരിശുദ്ധനായ മുഖ്യമന്ത്രി അദ്ദേഹത്തെ മന്ത്രിസഭയില്‍ തുടര്‍ന്നും നിലനിര്‍ത്തി. മുഖ്യമന്ത്രിയുടെ ആപ്പീസുതന്നെ നിരവധി അഴിമതി ആരോപണങ്ങള്‍ക്ക് വിധേയമാണ്.

ഇതൊക്കെ കാണിക്കുന്നത് മോദിയോ ബി ജെ പിയോ സാമ്പത്തി കനയങ്ങളിലോ അഴിമതിയിലോ കോണ്‍ഗ്രസില്‍നിന്ന് ഒട്ടും വ്യത്യസ്‌ തമായ ഒരു പ്രസ്ഥാനമല്ലെന്നാണ്. മറിച്ച് അവര്‍ക്ക് വര്‍ഗ്ഗീയതയുടെ തീ വ്രവാദമുഖം ഉണ്ടുതാനും. ലോഹ പുരുഷനും വികാസപുരുഷനും ത മ്മില്‍ ജനങ്ങളെ സംബന്ധിച്ചിടത്തോളം വ്യത്യാസമൊന്നുമില്ല.

23

മോദിയും ശിവഗിരിയും

നരേന്ദ്രമോദി ശിവഗിരിയിൽ വരുന്നത് ഗൗരവമായി കാണേണ്ടതി ല്ലെന്ന് നടേശ ഗുരു. സുകുമാരൻനായരുചേട്ടനും അഭിപ്രായം അതുതന്നെ. ഗോകുലം ഗോപാലനും മറ്റൊന്നും പറഞ്ഞുകണ്ടില്ല. പുന്നല ശ്രീ കുമാർ പുലയ മഹാസഭയെ ബാധിക്കുന്ന വിഷയമല്ലാത്തതുകൊണ്ടാ വാം ഒന്നും ഉരിയാടിക്കണ്ടില്ല. പത്രക്കാരുടെ ആവർത്തിച്ചുള്ള ചോദ്യ ത്തിന് മൗനംകൊണ്ട് മറുപടി നൽകി ഉമ്മൻചാണ്ടി പതിവുപോലെ ഷ ണ്ഡത്വം തെളിയിച്ചു. ലോകസഭാ തെരഞ്ഞെടുപ്പ് മുന്നിൽ കണ്ടാവാം കോൺഗ്രസ് ചടങ്ങിൽനിന്ന് വിട്ടുനിൽക്കാൻ തയ്യാറായി. എന്നാൽ വർഗ്ഗീ യതയെ തുറന്നെതിർക്കാൻ തയ്യാറായില്ല. രാഷ്ട്രീയത്തിൽ മതം കലർ ത്താൻ പാടില്ലെന്ന് പറയുന്ന കമ്യൂണിസ്റ്റുകാർ മതത്തിൽ രാഷ്ട്രീയം കലർത്തരുതെന്ന് പറഞ്ഞുകൊണ്ടാണ് ശിവഗിരിമഠത്തിലെ ഒരു വിഭാഗം സന്ന്യാസിമാരുടെ രക്ഷകരായി ബി ജെ പി നേതൃത്വം രംഗത്തെത്തി യത്.

എന്തൊക്കെയായാലും മോദി വന്നു. ചെറുപ്പത്തിലെ ആർ എസ് എസിൽ ചേർന്നതിന്റെ ഗുണഗണങ്ങൾ വിവരിച്ചു. ആർ എസ് എസിന്റെ പ്രാർത്ഥനാ ഗാനത്തിൽനിന്നാണ് 'ഗുരു'വിനെക്കുറിച്ച് മനസ്സിലാക്കിയ തെന്ന് തട്ടിവിട്ടു. ഗുരുശിഷ്യരായ സന്ന്യാസിമാരിലൊരു വിഭാഗം കൈ യടിച്ച് പ്രോൽസാഹിപ്പിച്ചു. ശ്രോതാക്കളായെത്തിയ സംഘപരിവാരം ആ ഹ്ലാദലഹരിയിലാറാടി. മോദിയെങ്ങാനും ഇന്ത്യൻ പ്രധാനമന്ത്രിയായാൽ ശ്രീനാരായണ ഗുരുവിനെ മഹാവിഷ്ണുവിന്റെ അവതാരമോ, അംശാവ താരമോ ആയി പ്രഖ്യാപിക്കുമെന്നതിൽ സംശയമില്ല. (ചാതുർവർണ്ണ്യ ത്തിനെതിരെ പോരാടിയ ബുദ്ധനെ ഇപ്പോൾത്തന്നെ മഹാവിഷ്ണുവി ന്റെ അവതാരമാക്കിയിട്ടുണ്ട്).

മോദിയുടെ ശിവഗിരി സന്ദർശനത്തെ കമ്യൂണിസ്റ്റുകാർ എതിർത്ത ത് എന്തുകൊണ്ട് എന്ന് അറിയണമെങ്കിൽ പ്രധാനമായും മൂന്ന് കാര്യ ങ്ങൾ പരിശോധിക്കേണ്ടതുണ്ട്. അതിൽ ഒന്നാമത്തെ കാര്യം ശ്രീനാരാ യണ ഗുരു ഏതെങ്കിലുമൊരു മതത്തിന്റെ വക്താവായിരുന്നുവോ എന്ന തുതന്നെയാണ്. രണ്ടാമത്തെ കാര്യം മോദി ആർ എസ് എസുകാരനാ ണ് എന്നതാണ്. മൂന്നാമത്തെ കാര്യം ശിവഗിരി സർവ്വമത സൗഹാർദ്ദ ത്തിന്റെ കേന്ദ്രമാണ് എന്നതാണ്.

'ഒരു ജാതി, ഒരു മതം, ഒരു ദൈവം മനുഷ്യന്' എന്നത് ഏതെങ്കിലു മൊരു സാമുദായിക പരിഷ്കരണത്തിന്റെയോ മതപുനരുദ്ധാരണത്തി ന്റെയോ മുദ്രാവാക്യമല്ല. എല്ലാ ജാതികളേയും എല്ലാ മതങ്ങളെയും ഒ ന്നുപോലെ കാണാൻ കഴിയുന്ന സർവ്വമത സാഹോദര്യത്തിന്റെ മുദ്രാ വാക്യമാണത്. അതിനെ ഹൈന്ദവ ഐക്യത്തിന്റെ ആഹ്വാനമായി ചു രുക്കാനാണ് *ജന്മഭൂമി* പത്രവും ബി ജെ പിയും ആർ എസ് എസും ശ്രമി ക്കുന്നത്.

ജാതിഭേദം മതദ്വേഷം
ഏതുമില്ലാതെ സർവ്വരും
സോദരത്വേന വാഴുന്ന

മാതൃകാ സ്ഥാനങ്ങളായി ആത്മീയ കേന്ദ്രങ്ങളെ മാറ്റിത്തീർക്കാ നാണ് ശ്രീനാരായണ ഗുരു ലക്ഷ്യമിട്ടത്. തുടക്കത്തിൽ അദ്ദേഹം ശിവ പ്രതിഷ്ഠ നടത്തിയിട്ടുണ്ടെന്നതു ശരി തന്നെ. പക്ഷേ തുടങ്ങിയേടത്തു നില്ക്കുകയല്ല അവിടെനിന്ന് വിശ്വമാനവികതയെ ഒന്നായി കാണുന്ന വിശാലവിഹായസ്സിലേക്ക് പറന്നുയരുകയാണ് ശ്രീനാരായണ ഗുരു ചെ യ്തത്. ആ മഹാനായ മനുഷ്യന്റെ സമാധിസ്ഥലത്തെ ഹൈന്ദവ ഏകീ കരണത്തിന്റെ ഭൂമികയാക്കി മാറ്റാനുള്ള ശ്രമമാണ് ഇന്ന് അദ്ദേഹത്തി ന്റെ ശിഷ്യരെന്ന് പറയുന്ന സന്ന്യാസിമാരായ ചിലർ നടത്തിക്കൊണ്ടിരി ക്കുന്നത്.

കമ്യൂണിസ്റ്റുകാർക്ക് *കമ്യൂണിസ്റ്റ് മാനിഫെസ്റ്റോ* പോലെയാണ് ആർ എസ് എസുകാർക്ക് *വിചാരധാര*. മുസ്ലീങ്ങളെയും ക്രിസ്ത്യാനികളെയും കമ്യൂണിസ്റ്റുകാരെയും 'ആഭ്യന്തര വെല്ലുവിളികൾ' ആയാണ് *വിചാര ധാര*യിൽ വിലയിരുത്തിയിരിക്കുന്നത്. മുസ്ലീമായ എല്ലാവരും ഇന്ത്യയിൽ കൊച്ചു കൊച്ചു പാകിസ്ഥാനുകൾ ഉണ്ടാക്കാൻ ശ്രമിക്കുന്നവരാണെന്നും, ക്രിസ്ത്യാനികൾ ഇന്ത്യയോട് കൂറില്ലാത്ത ശത്രുക്കളാണെന്നും കമ്യൂ ണിസ്റ്റുകാർ എല്ലാവരേയും അടിമകളാക്കുന്ന ഭൂമിയാകെ പിടിച്ചെടുക്കുന്ന ഭീകരന്മാരാണെന്നും ആണെന്നാണ് അതിൽ പറയുന്നത്. ഇസ്ലാമിനെയും ക്രിസ്ത്യാനിയെയും ഒക്കെ ഇന്ത്യയുടെ ആഭ്യന്തര ശത്രുക്കളായി കാണുന്ന ആർ എസ് എസുകാരനാണ് താനെന്ന് പരസ്യമായി പറയാൻ ഒരു മടി യും കാണിക്കാത്ത മോദി എങ്ങനെയാണ് സർവ്വമത സാഹോദര്യത്തിന്റെ മുദ്രാവാക്യമുയർത്തിയ ശ്രീനാരായണ ഗുരുവിന്റെ ആശയങ്ങളുമായി യോജിച്ചു പോവുക. അതുകൊണ്ടാണ് മോദിയുടെ വരവിനെ കമ്യൂ ണിസ്റ്റുകാർ എതിർത്തത്.

എന്നാൽ മോദിയുടെ ഈ വരവിനെ അനുകൂലിച്ച രണ്ടു കൂട്ടർ നാ
യർ–ഈഴവ പ്രതിനിധികൾ എന്ന് അവകാശപ്പെടുന്ന എൻ എസ് എസ്,
എസ് എൻ ഡി പി നേതൃത്വങ്ങളാണ്. ഇന്നലെ വരെ കോൺഗ്രസ് അ
നുകൂലികളായി നിന്നിരുന്ന ഇവർ ഇപ്പോൾ ഇങ്ങനെയൊരു നിലപാടി
ലേക്ക് മാറിയതെന്തുകൊണ്ട്? പ്രധാന കാരണം യു പി എക്ക് കേന്ദ്ര
ത്തിൽ ഭൂരിപക്ഷം നഷ്ടപ്പെട്ടുവെന്നതും ഏതുസമയത്തും കേന്ദ്രത്തിൽ
ഒരു തെരഞ്ഞെടുപ്പ് നടക്കാൻ ഇടയുണ്ട് എന്നതുമാണ് ഈ അടിയന്തര
മലക്കം മറിച്ചിലിന് കാരണം. യു പി എയുടെ ശക്തി ക്ഷയിക്കുന്നു; അ
ഴിമതിക്കേസുകൾ ഉയർന്നുവരുന്നു; രാഹുൽഗാന്ധി ജനങ്ങളെ ആകർ
ഷിക്കാൻ കഴിവില്ലാത്ത നേതാവായിരിക്കുന്നു എന്നതൊക്കെ ഇന്നത്തെ
രാഷ്ട്രീയ യാഥാർത്ഥ്യങ്ങളാണ്. ഒരു മൂന്നാം ബദൽശക്തിയാവട്ടെ അ
ഖിലേന്ത്യാതലത്തിൽ ഉയർന്നുവന്നിട്ടുമില്ല. അതിനാൽ എൻ ഡി എയ്ക്കാ
ണ് സാദ്ധ്യതയെന്ന് നായരുചേട്ടനും നടേശഗുരുവും കണക്കുകൂട്ടുന്നു.

കേരളത്തിൽനിന്ന് ബി ജെ പിക്ക് എം പിയുണ്ടാകില്ല എന്നത് മൂന്ന
രത്തരം. എന്നാൽ എൻ ഡി എ എങ്ങാൻ അധികാരത്തിൽ വന്നാൽ പ്ര
ധാനമന്ത്രിയാവാൻ സാദ്ധ്യതയുള്ളയാളാണ് മോദി. അങ്ങനെയൊരാളെ
എന്തിന് പിണക്കണം എന്നാണ് നായരുചേട്ടനും നടേശഗുരുവും ചിന്തി
ച്ചത്. കേന്ദ്രത്തിൽ അധികാരത്തിൽ വരുന്നവരെ പറ്റിക്കൂടി നിന്ന് കിട്ടാ
വുന്നത് വാങ്ങിക്കുക എന്നത് പ്രാദേശിക ബൂർഷ്വാസിയുടെ സ്വഭാവ
മായി മാറിക്കഴിഞ്ഞിരിക്കുന്നു എന്ന് പ്രാദേശിക രാഷ്ട്രീയ പാർട്ടികളു
ടെ ചാഞ്ചാട്ടങ്ങളെ വിലയിരുത്തിക്കൊണ്ട് സി പി ഐ (എം) വ്യക്തമാ
ക്കിയിട്ടുണ്ട്. എൻ എസ് എസും എസ് എൻ ഡി പിയും രാഷ്ട്രീയ ക
ക്ഷികളല്ലെങ്കിലും രണ്ടോ മൂന്നോ ശതമാനം വോട്ടിനെ സ്വാധീനിക്കാൻ
കഴിയുന്ന വോട്ടു ബാങ്കുകളാണ്. മോദിയുമായി ഒരു പാലമിട്ടുവെക്കുന്ന
ത് വിലപേശലിന് ഗുണം ചെയ്യും എന്ന് അറിയാത്തവരല്ല നായരുചേട്ട
നും നടേശഗുരുവും.

എന്നാൽ മതനിരപേക്ഷത സംരക്ഷിക്കുവാൻ ഭരണഘടനാപരമാ
യിത്തന്നെ ചുമതലയുള്ള മുഖ്യമന്ത്രി എന്തുകൊണ്ടാണിങ്ങനെ പൊട്ടൻ
പുട്ടു വിഴുങ്ങിയതുപോലെ ബബ്ബബ്ബയടിക്കുന്നത്?

അതിന് ഉത്തരം കാണണമെങ്കിൽ ബിജെപിയുടെ വോട്ടു കച്ചവട
ത്തിന്റെ ചരിത്രം പരിശോധിക്കണം. മാരാർജി മുതൽ പത്മനാഭൻ വരെ
പലരും അത് വിശദമാക്കിയിട്ടുണ്ട്. ആ കളി ഇനിയും കേരളത്തിലെ
കോൺഗ്രസിന് കളിക്കേണ്ടതുണ്ട്. മുൻകൈയെടുക്കേണ്ടതും ഡീൽ ഉ
റപ്പിക്കേണ്ടതും മുഖ്യമന്ത്രി തന്നെയാണ്. ലോകസഭാ തെരഞ്ഞെടുപ്പിൽ
കേരളത്തിൽ വോട്ടു കുറഞ്ഞാൽ മുഖ്യമന്ത്രിക്കസേരക്ക് ഇളക്കം തട്ടു
മെന്നതിൽ സംശയമില്ല. ചെന്നിത്തലയാണെങ്കിൽ ഒരുങ്ങി ഇറങ്ങിയിരി
ക്കുകയുമാണ്. 'മൗനം വിദ്വാന് ഭൂഷണം' എന്ന നിലപാടല്ലാതെ മറ്റെന്ത്
നിലപാടാണ് ഉമ്മൻചാണ്ടിക്ക് എടുക്കാനാവുക.

അപ്പോൾ മാണി പിന്തുണച്ചതോ എന്ന ചോദ്യമുയരാം. മകനെ ങ്ങാനും ജയിച്ചുവരികയും ഒരു സീറ്റിന്റെ ബലത്തിൽ എൻ ഡി എക്ക് കേന്ദ്രത്തിൽ മന്ത്രിസഭയുണ്ടാക്കാനാവുകയും ചെയ്യുന്ന സ്ഥിതി വന്നാൽ 'രണ്ടില' സഹായവുമായി മാണിച്ചൻ റെഡി. എന്തുവന്നാലും മകനെ കേന്ദ്രമന്ത്രിയായി കണ്ടിട്ടു വേണം മരിക്കാൻ എന്നതാണ് ആ അച്ഛന്റെ മോഹം.

ഇനി മറ്റൊരു കാര്യം കൂടെ. അത് സ്വത്വരാഷ്ട്രീയക്കാരെപ്പറ്റിയാണ്. ദളിത്-ന്യൂനപക്ഷ-പിന്നോക്ക ഐക്യം അവരുടെ ഒരു മോഹന സുന്ദര മുദ്രാവാക്യമാണ്. ഈഴവരാദി പിന്നോക്കക്കാരും, ദളിതരും ന്യൂനപക്ഷ ജാതി-മതക്കാരും ഒക്കെ ഒന്നിക്കുന്നതും കമ്യൂണിസ്റ്റുകാരെ തറപറ്റിക്കു ന്നതുമായ ഒരു മുന്നണി. അതിനുവേണ്ടി ഉത്തർപ്രദേശിൽ ഉദയംകൊ ണ്ട മായാവതി ഇപ്പോൾ ബ്രാഹ്മണ പ്രീണനത്തിലാണ് എങ്കിൽ കേര ളത്തിൽ നായരീഴവ ഐക്യത്തിലൂടെ അവർണ്ണ-സവർണ്ണ ഐക്യമാ ണ് നടക്കാൻ പോകുന്നത്. അത്രത്തോളം സ്വത്വം പോയിക്കിട്ടി. ദളിത് സ്വത്വത്തിന്റെ പിടിയിലമർന്നിരിക്കുന്ന അദ്ധ്വാനിക്കുന്ന ജനതയിലൊരു വിഭാഗവും അതിൽനിന്ന് അതിവേഗം വിമോചിക്കപ്പെടും എന്നതിന് സം ശയമില്ല.

24

'ഉരുക്കു മനുഷ്യൻ'

ഗുജറാത്ത് സർക്കാരിന്റെ നേതൃത്വത്തിൽ രൂപീകരിച്ചിട്ടുള്ള സർദാർ വല്ലഭ്ഭായ് പട്ടേൽ രാഷ്ട്രീയ ഏകതാ ട്രസ്റ്റ് അഖിലേന്ത്യാ വ്യാപകമായി 'ഐക്യത്തിന്റെ കൂട്ടയോട്ടം' എന്ന പേരിൽ ഒരു പരിപാടി സംഘടിപ്പിച്ചിരുന്നു. ആർ എസ് എസ് ആണ് ആ പരിപാടി സംഘടിപ്പിച്ചതെന്ന് അതിലെ പങ്കാളിത്തം പരിശോധിച്ചാൽ വ്യക്തമാവും. മുസ്ലീങ്ങളും ക്രിസ്ത്യാനികളും കമ്യൂണിസ്റ്റുകാരുമാണ് ഇന്ത്യൻ ദേശീയതക്ക് വെല്ലുവിളി ഉയർത്തുന്നത് എന്ന് പരസ്യമായി പ്രഖ്യാപിക്കുന്ന ആർ എസ് എസ് നടക്കാനിരിക്കുന്ന ലോകസഭാ തെരഞ്ഞെടുപ്പിനെ മുന്നിൽ കണ്ടുകൊണ്ടാണ് ഈ ഐക്യനാടകത്തിന് രൂപം കൊടുത്തത്. അവരുടെ പ്രധാനമന്ത്രി സ്ഥാനാർത്ഥിയായ മോദിയുടെ പടം അച്ചടിച്ച ടീ ഷർട്ട് ധരിച്ചുകൊണ്ടായിരുന്നു കൂട്ടയോട്ടം എന്നതിൽനിന്ന് തന്നെ ആർ എസ് എസിന്റെ ഉള്ളിലിരുപ്പ് വ്യക്തമാവുന്നുണ്ട്.

സർദാർ പട്ടേൽ കോൺഗ്രസിനും ബി ജെ പിക്കും ഒരുപോലെ യോജിക്കാവുന്ന ഒരു പ്രതീകമാവുന്നതെന്തുകൊണ്ട് എന്നത് പരിശോധിക്കപ്പെടേണ്ട ഒരു വിഷയമാണ്. സർദാർ പട്ടേൽ 'ഉരുക്കുമനുഷ്യൻ' ആയാണ് ചരിത്രത്തിൽ അറിയപ്പെടുന്നത്. അഞ്ഞൂറിലേറെ നാട്ടുരാജ്യങ്ങളെ ഇന്ത്യയിൽ ഉദ്ഗ്രഥിക്കുന്നതിന് കാണിച്ച സൈ്ഥര്യമാണ് പട്ടേലിന് ആ വിശേഷണം നേടിക്കൊടുത്തത്. 'ഉരുക്കുമനുഷ്യൻ' എന്ന പ്രതീകത്തെ ഇന്ന് ആഗ്രഹിക്കുന്ന ഒരു വിഭാഗം ഇന്ത്യയിലുണ്ട്. ഇന്ത്യയിലെ കുത്തക കുടുംബങ്ങളാണത്. പുത്തൻ സാമ്പത്തിക നയങ്ങളെ യാതൊരു ചാഞ്ചാട്ടവും കൂടാതെ നടപ്പിലാക്കാൻ കെല്പുള്ള ഒരു 'ഉരുക്കുമനുഷ്യൻ' ഇന്ത്യൻ പ്രധാനമന്ത്രിയായി വരണം എന്ന് ആഗ്രഹിക്കുന്നത് അവരാണ്; അവർ മാത്രമാണ്. എന്നാൽ അവരുടെ പക്കൽ ഉള്ള വോട്ടുകൾ നാമമാത്രമാണ്; ഉള്ളത് പണമാണ്.

ആ പണം ഉപയോഗപ്പെടുത്തി സ്വാതന്ത്ര്യാനന്തര ഇന്ത്യയിൽ ഉരു ക്കുമനുഷ്യനായി അറിയപ്പെട്ടിരുന്ന പട്ടേലിന്റെ ഓർമ്മകൾ തട്ടിയുണർത്തി ജനങ്ങളെ മോദിക്കു പിന്നിൽ അണിനിരത്തണം. അതിനുള്ള പ്രചാരണ തന്ത്രമാണ് പ്രതിമാനിർമ്മാണത്തിലൂടെ ആർ എസ് എസ് ഇന്ന് നട ത്തിക്കൊണ്ടിരിക്കുന്നത്. ഇതിനെ ഫലപ്രദമായി നേരിടാൻ കോൺഗ്ര സിന് കഴിയുന്നില്ല; എന്നുമാത്രമല്ല ഉമ്മൻചാണ്ടിയെ പോലുള്ള കോൺ ഗ്രസുകാർ ചാഞ്ചാടിപ്പോവുകയും ചെയ്യുന്നു. അതിന് രണ്ട് കാരണങ്ങ ളുണ്ട്. ഒന്നാമത്തേത് സർദാർ വല്ലഭ് ഭായ് പട്ടേൽ കോൺഗ്രസിലെ ഒരു ഹിന്ദുപക്ഷപാതിയായിരുന്നുവെന്നാണ്. രണ്ടാമത്തേതാവട്ടെ പട്ടേലിനെ പ്പോലുള്ളവർക്കെതിരെ മതനിരപേക്ഷത ഉയർത്തിപ്പിടിച്ചിരുന്ന ജവാഹർ ലാലിന്റെ മതനിരപേക്ഷതയെയും അദ്ദേഹത്തിന്റെ സാമ്പത്തിക നയ ങ്ങളെയും കോൺഗ്രസ് വഴിയിലുപേക്ഷിച്ചു എന്നതാണ്. ഗാന്ധിവധത്തെ തുടർന്ന് നിരോധിക്കപ്പെട്ടിരുന്ന ആർ എസ് എസിനെയാകെ കോൺഗ്ര സിൽ ചേർക്കാൻ നെഹ്റു വിദേശപര്യടനത്തിലായിരുന്നപ്പോൾ തീരു മാനമെടുത്ത പാർട്ടിയാണ് കോൺഗ്രസ്. നെഹ്റുവിനോട് പട്ടേലിനുള്ള എതിർപ്പിന്റെ മുഖ്യകാരണം അദ്ദേഹത്തിന്റെ മതനിരപേക്ഷതയായിരുന്നു. മതനിരപേക്ഷവാദിയായ രാജാജി അരമുസ്ലീമാണെന്നാണ് പട്ടേൽ പറ ഞ്ഞിരുന്നത്. ഇതാണ് സംഘപരിവാരത്തിന് പട്ടേലിനെ പ്രിയങ്കരനാക്കു ന്നത്.

മറുഭാഗത്താവട്ടെ നെഹ്റുവിന്റെ മതനിരപേക്ഷത പോലും നിലനിർ ത്താനോ പരിപോഷിപ്പിക്കാനോ കോൺഗ്രസിന് കഴിഞ്ഞില്ല. അടിയന്ത രാവസ്ഥക്കാലത്ത് ബാലാ സാഹേബ് ദേവറസിനെക്കൊണ്ട് ഇരുപതിന പരിപാടിക്കും അഞ്ചിന പരിപാടിക്കും പിന്തുണ പ്രഖ്യാപിപ്പിക്കുവാൻ കഴിഞ്ഞ ഇന്ദിരാഗാന്ധി, 1977 ലെ തെരഞ്ഞെടുപ്പ് തോൽവിക്കുശേഷം പരസ്യമായി ഹിന്ദുത്വ പ്രീണനത്തിനിറങ്ങി. അന്ന് അവർ സന്ദർശിക്കാത്ത ഹിന്ദുദേവാലയങ്ങളില്ല. ഒരു പൊതു തെരഞ്ഞെടുപ്പിൽ ആർ എസ് എ സ് കോൺഗ്രസിന് പിന്തുണ പ്രഖ്യാപിക്കുന്ന സ്ഥിതി വരെയുണ്ടായി. മതനിരപേക്ഷത പൂർണ്ണമായും ഉപേക്ഷിച്ചുകൊണ്ടാണ് ഷാബാനു കേ സിലെ സുപ്രീം കോടതി വിധി മറികടക്കാനും അതുവഴി മുസ്ലീം പ്രീണ നത്തിനുംവേണ്ടി രാജീവ് ഗാന്ധി മുസ്ലീം വ്യക്തിനിയമത്തിൽ ഭേദഗതി വരുത്തിയത്. മറുഭാഗത്താവട്ടെ ബാബറി പള്ളിക്കുള്ളിലെ രാമക്ഷേത്ര ത്തിൽ ആരാധനക്ക് അവസരം കൊടുക്കുകയും ചെയ്തു. അങ്ങനെ കോ ൺഗ്രസിന്റെ മതനിരപേക്ഷത മതപ്രീണനമായി മാറി. കോൺഗ്രസുകാർ ക്ക് ബി ജെ പിയിൽ ചേരാൻ യാതൊരു മടിയുമില്ലാതായി.

ആ പ്രക്രിയ ത്വരിതപ്പെടുത്തലാണ് കോൺഗ്രസും ഒപ്പം ഹിന്ദുത്വവാ ദിയുമായിരുന്ന പട്ടേലിന്റെ പ്രതിമാ സ്ഥാപനത്തിലൂടെ സംഘപരിവാർ ഉദ്ദേശിക്കുന്നത്.

25

വർഗ്ഗീയകലാപങ്ങളുടെ രാഷ്ട്രീയം

വംശഹത്യകളും വർഗ്ഗീയകലാപങ്ങളുമൊക്കെ മനുഷ്യനിലെ സംസ്കാരശൂന്യതയുടെ നിദർശനങ്ങളാണ്. മതമേതായാലും മനുഷ്യൻ നന്നായാൽ മതി എന്നതാണ് സാംസ്കാരിക അഭ്യുന്നതിയുടെ മാതൃക. എന്നാൽ സംഘപരിവാറും അതിന്റെ ഇസ്ലാമിക രൂപങ്ങളും ഇതിന് കടക വിരുദ്ധമായാണ് പ്രവർത്തിക്കുന്നത്. സോവിയറ്റ് യൂണിയന്റെയും അതുവഴി സോഷ്യലിസ്റ്റ് ചേരിയുടേയും തകർച്ചയ്ക്കുശേഷം ഇനി രണ്ട് മതവിശ്വാസങ്ങളാണ് ഏറ്റുമുട്ടാൻ പോകുന്നതെന്ന സിദ്ധാന്തം സാമ്രാ ജ്യത്വം അവതരിപ്പിച്ചിരുന്നു. ക്രിസ്ത്യൻ മതവിശ്വാസവും ഇസ്ലാമിക മതവിശ്വാസവും തമ്മിലുള്ള ഏറ്റുമുട്ടലാണ് അതെന്നായിരുന്നു സാമ്രാജ്യ ത്വത്തിന്റെ പ്രചാരണം. ഇന്ന് സാമ്രാജ്യത്വ ശക്തികൾക്ക് നേതൃത്വം നൽകുന്ന വികസിത മുതലാളിത്ത രാജ്യങ്ങളിലാകെ ഭരണം ക്രിസ്ത്യൻ മതവിശ്വാസികളുടെ കൈകളിലാണെന്നും അവയും ഇസ്ലാമിക രാജ്യ ങ്ങളും തമ്മിൽ ഏറ്റുമുട്ടും എന്നുമായിരുന്നു പ്രചരിപ്പിക്കപ്പെട്ടത്. ഇന്ത്യ യിലെ ഹിന്ദുരാഷ്ട്രവാദികളിൽ നിന്ന് ഇതിനെതിർപ്പുണ്ടായില്ല. ഈ സിദ്ധാന്ത പ്രകാരം സാമ്രാജ്യത്വം എതിർക്കുന്ന ഇസ്ലാം തങ്ങളുടെകൂടെ ശത്രുവാണെന്നതിനാൽ ഇസ്ലാമിനെ എതിർക്കാൻ സാമ്രാജ്യത്വത്തെ കൂട്ടുകിട്ടിയതിന്റെ സന്തോഷത്തിലായിരുന്നു അവർ. മാത്രമല്ല വർഗ്ഗീ യകലാപങ്ങൾ ജനങ്ങൾക്കിടയിൽ ഹിന്ദുവെന്നും മുസ്ലീമെന്നും വേർതി രിവുണ്ടാക്കാൻ സഹായിക്കുമെന്നും അത് തങ്ങൾക്ക് രാഷ്ട്രീയമായി ഗുണം ചെയ്യുമെന്നും അവർക്കറിയാമായിരുന്നു. ഇതിന് വളം വെച്ചുകൊ ടുക്കുന്ന സമീപനമാണ് ചില മുസ്ലീം വർഗ്ഗീയവാദഗ്രൂപ്പുകളിൽ നിന്നും ഉണ്ടായത് എന്നതും കാണാതിരിക്കാനാവില്ല.

1990 ൽ അയോധ്യയിൽ രാമക്ഷേത്രം നിർമ്മിക്കുമെന്ന് പ്രഖ്യാപിച്ച് അദ്വാനിയുടെ നേതൃത്വത്തിൽ നടത്തിയ രഥയാത്രയിലൂടെയാണ് 1991

ലെ ലോകസഭ തെരഞ്ഞെടുപ്പിൽ ബി ജെ പി നേട്ടമുണ്ടാക്കിയത്. 1984 ലെ രണ്ടിൽ നിന്ന് 1991 ൽ 120 സീറ്റിലേക്ക് അവർ വളർന്നു. ബാബറി മസ്ജിദ് തകർത്തതിലൂടെ അഖിലേന്ത്യാ തലത്തിൽ തന്നെ അധികാര ത്തിലെത്താനും അവർക്ക് കഴിഞ്ഞു.

1990 ന് ശേഷം ഇന്ത്യയിൽ വിവിധഭാഗങ്ങളിലായി നടന്നിട്ടുള്ള വർഗ്ഗീയ കലാപങ്ങൾക്ക് കൈയും കണക്കുമില്ല. എല്ലാ കലാപങ്ങളിലും ഒരു ഭാഗത്ത് സംഘപരിവാർ ശക്തികളായിരുന്നു. അതിൽത്തന്നെ ഏറ്റവും ശ്രദ്ധേയമാണ് സബർമതി എക്സ്പ്രസ്സിന് തീയിട്ടുകൊണ്ട് ഗോദ്രയിൽ അരങ്ങേറിയത്. അത് തടയുന്നതിന് മുഖ്യമന്ത്രിയായ നരേന്ദ്ര മോദി മുൻ കൈയ്യെടുത്തില്ല എന്നുമാത്രമല്ല നടക്കാവുന്നത്ര നടക്കട്ടെ എന്ന സമീപനമാണ് എടുത്തത് എന്ന് സ്വതന്ത്രമായി അന്വേഷണം നടത്തിയവരെല്ലാം കണ്ടെത്തുകയും ചെയ്തു. വർഗ്ഗീയ ലഹളകൾ വ്യാപിക്കാനിടയുണ്ടെന്ന ഇന്റലിജൻസ് റിപ്പോർട്ടുകളെല്ലാം അവഗണിക്ക പ്പെട്ടു. പോലീസ് ഇടപെടൽ പരമാവധി ഒഴിവാക്കി. 2002 ഫെബ്രുവരി 27 ന് അയോദ്ധ്യയിൽ നിന്നുള്ള കർസേവകരെയും വഹിച്ചുകൊണ്ടുവന്ന സബർമതി എക്സ്പ്രസ്സാണ് ഗുജറാത്തിലെ ഗോദ്ര സ്റ്റേഷനിലെത്തുന്ന തിന് മുമ്പ് അഗ്നിക്കിരയാക്കപ്പെട്ടത്. സ്ത്രീകളും കുട്ടികളുമടക്കം 58 പേർ കൊല്ലപ്പെട്ടു. തുടർന്ന് 100ലേറെ മുസ്ലീങ്ങളെ അറസ്റ്റുചെയ്തു. അതിൽ 31 പേർ ശിക്ഷിക്കപ്പെടുകയും ബാക്കിയുള്ളവരെ വെറുതെ വിടുകയും ചെയ്തു. തീവണ്ടിക്കു നേരെ ആക്രമണമുണ്ടായതറിഞ്ഞ സമയത്ത് പതിനൊന്ന് മുസ്ലീങ്ങൾ കൊല്ലപ്പെട്ട കേസിൽ മുഖ്യ പ്രതികളിലൊരാളും വിശ്വഹിന്ദു പരിഷത്തിന്റെ ജനറൽ സെക്രട്ടറിയുമായ ജയ്ദീപ് പട്ടീലു മായി മോദി ഫോണിൽ ബന്ധപ്പെട്ടതായി ടെലഫോൺ രേഖകൾ വ്യക്ത മാക്കുന്നു. ആ സമയത്ത് ലഹളയുടെ വിവരങ്ങൾ മോദിയുടെ ആപ്പീസി ലെത്തിയിട്ടും ലഹള ശമിപ്പിക്കുന്നതിലുള്ള നടപടികളൊന്നും മുഖ്യമന്ത്രി യുടെ ആപ്പീസിൽ നിന്നുണ്ടായില്ല. അന്ന് വൈകിട്ട് ഗോദ്രയിലെത്തിയ മുഖ്യമന്ത്രി, ജയ്ദീപ് പട്ടീലിന് മൃതദേഹങ്ങൾ വിട്ടുകൊടുക്കാൻ നിർദ്ദേ ശിച്ചു. റെയിൽവേ പ്ലാറ്റ്ഫോമിൽ വെച്ച് ജനക്കൂട്ടത്തിനെ സാക്ഷിനിർ ത്തിയാണ് പോസ്റ്റ്മോർട്ടം നടന്നത്. അതും മോദിയുടെ അനുമതിയോടെ യായിരുന്നു. മൃതദേഹവും വഹിച്ചു കൊണ്ടു വന്ന വിലാപയാത്ര കണ്ട താണ് തുടർലഹളകൾക്ക് കാരണമായത്.

ഇങ്ങനെ വർഗ്ഗീയ ലഹളകൾ നടക്കേണ്ടത് ബി ജെ പിയുടെ രാഷ്ട്രീയ വളർച്ചയ്ക്ക് അത്യന്താപേക്ഷിതമായ ഒരു ഘടകമാണെന്ന് വർഗ്ഗീയ ലഹ ളകളും ബി ജെ പിയുടെ സ്വാധീനവും തമ്മിലുള്ള ബന്ധം പരിശോധി ച്ചാൽ കാണാനാവും. വർഗ്ഗീയ ലഹളകൾ നടക്കുന്ന സ്ഥലങ്ങളിൽ കൊല കൾക്കും കവർച്ചകൾക്കും ഇരയാകുന്നത് അതിൽ പങ്കുവഹിക്കുന്നതു കൊണ്ടല്ല. ജനനത്തിന്റെ ഭാഗമായി പതിച്ചുകിട്ടുന്ന ഒരു മതത്തിന്റെ ബാനറിലാണ്. ഹിന്ദുവായോ മുസ്ലീമായോ ക്രിസ്ത്യാനിയായോ ആരെ ങ്കിലും മാറുന്നത് ബോധപൂർവ്വമായ ഒരു പ്രക്രിയയുടെ ഫലമായല്ല;

മറിച്ച് ജന്മം കൊണ്ടാണ്. ജനിച്ചതിന് ശേഷം നിരീശ്വരവാദിയോ, യുക്തിവാദിയോ, ഭൗതികവാദിയോ ആയാണ് ഒരു വ്യക്തി ജീവിക്കുന്ന തെങ്കിലും ജനനം തൊട്ട് പതിച്ചുകിട്ടിയ മതം അയാളെ വിട്ടുപോകുന്നില്ല. ആ ഒറ്റകാരണം കൊണ്ടുതന്നെ വർഗ്ഗീയലഹളകളിൽ അയാളെ ഇരയാ ക്കാനും കഴിയും. ഒന്നുപോലെ കഴിഞ്ഞുവരുന്ന ജനങ്ങളെ ഭീതിയുടെയും പരസ്പര സംശയത്തിന്റെയും നിഴലിലാക്കി ശത്രുത പടർത്താനും അത് ശാശ്വതമായി നിലനിർത്തുവാനുമുപകരിക്കുന്ന ഏറ്റവും നല്ല ആയുധ ങ്ങളാണ് വർഗ്ഗീയലഹളകൾ. ഒരിക്കൽ പൊട്ടിപ്പുറപ്പെട്ടാൽ അതു ണ്ടാക്കിയ മുറിവുണങ്ങാൻ ദീർഘകാലമെടുക്കും. ഈ കാലയളവിനെ ആസൂത്രിതമായി ഉപയോഗപ്പെടുത്തി രാഷ്ട്രീയ നേട്ടത്തിനുപയോ ഗിക്കുകയാണ് വർഗ്ഗീയവാദികൾ ചെയ്യുന്നത്. ഗുജറാത്തിൽ മോദിയുടെ അധികാരമുറപ്പിച്ചതിന് പിന്നിൽ 2002 ലെ ഗോധ്ര കലാപം വഹിച്ച പങ്ക് നിർണ്ണായകമാണ്.

ഏറ്റവുമധികം എം പി മാരെ തെരഞ്ഞെടുക്കുന്ന ഉത്തർപ്രദേശിലാണ് ബി ജെ പി കണ്ണുവെയ്ക്കുന്നത്. ബാബരിമസ്ജിദ് പൊളിച്ചത് അതിനാ യിരുന്നു. കഴിഞ്ഞ ഒരു വർഷത്തിനകം ഉത്തർപ്രദേശിൽ മുപ്പതിലേറെ വർഗ്ഗീയകലാപങ്ങളുണ്ടായി. അലഹാബാദ്, ലക്നൗ, മഥുര, ബറേലി, ഫൈസാബാദ് എന്നിവിടങ്ങളിൽ സാമാന്യം വലിയ കലാപങ്ങളാണ് നടന്നതെങ്കിൽ പ്രതാപ്ഗഡ്, ഫാസിയാബാദ്, ബിജ്നോർ, സംബൽ, മീറ്റ്, മുസാഫർനഗർ, കാശിനഗർ, സീതാപൂർ, ബറീയ്, മൊറാദബാദ് എന്നിവിടങ്ങളിലും കലാപങ്ങൾ നടന്നു. അതിൽത്തന്നെ മുസാഫർ നഗറിലുണ്ടാക്കിയ കലാപം മോദിയുടെ വിശ്വസ്തനായ അമിത്ഷായുടെ ആസൂത്രണത്തിൻകീഴിലായിരുന്നു. യു പി കഴിഞ്ഞാൽ അടുത്ത ലക്ഷ്യം ബീഹാറാണ്. അവിടെ ബി ജെ പി ഭരണമുന്നണി വിട്ടതോടെ വർഗ്ഗീയകലാപങ്ങളുണ്ടാക്കാൻ തക്കം പാർത്തുകഴിയുകയാണ് സംഘ പരിവാർ. നവാദ, ബേട്ടിയ, ഖഗാറിയ എന്നിവിടങ്ങളിൽ കലാപങ്ങൾ നടന്നു.

ഇതൊക്കെ കാണിക്കുന്നത് വർഗ്ഗീയകലാപങ്ങൾ ജനങ്ങൾക്കിടയിൽ വർഗ്ഗീയത പ്രചരിപ്പിക്കുന്നതിനും അതുവഴി ഹിന്ദുക്കളെ ഒന്നിച്ചണിനിര ത്തുന്നതിനുമുള്ള ഒരു രാഷ്ട്രീയ ഉപകരണമായി സംഘപരിവാർ ശക്തികൾ ഉപയോഗപ്പെടുത്തുന്നുവെന്നാണ്. ഇതിനാവട്ടെ ഇരകളാകു ന്നത് സാധാരണജനതയാണ്. ഒരു വർഗ്ഗീയലഹളയിലും സമ്പന്നർ ഇരയാക്കപ്പെട്ടിട്ടില്ല.

26

മതവും ദേശീയതയും

"ബ്രിട്ടീഷുകാർ ഇന്ത്യയിൽ വരുന്നതിന് ഒരു തലമുറയ്ക്ക് മുമ്പ് സിവിൽ സമാധാനത്തിന് ഭീഷണിയാകത്തക്ക വിധത്തിലുള്ള വർഗ്ഗീയ സംഘർഷങ്ങൾ ഏറ്റവും കുറവായിരുന്നു." ഹിന്ദു-മുസ്ലീം വിരോധത്തെ ക്കുറിച്ച് പഠനം നടത്തിയ സൈമൺ കമ്മീഷൻ റിപ്പോർട്ടിലാണ് ഈ പരാമർശമുള്ളത്. ഇന്ത്യയിൽ ബ്രിട്ടീഷുകാർക്ക് മുമ്പ് ഹിന്ദുഭരണാധി കാരികളും മുസ്ലീം ഭരണാധികാരികളും തമ്മിൽ യുദ്ധം നടന്നിട്ടുണ്ടെ ങ്കിലും അതൊന്നും തന്നെ ഹിന്ദു-മുസ്ലീം വൈരത്തിന്റെ അടിസ്ഥാന ത്തിലുള്ളതായിരുന്നില്ല. മുസ്ലീം ഭരണാധികാരികൾ ഹിന്ദുക്കളെയും ഹിന്ദു ഭരണാധികാരികൾ മുസ്ലീങ്ങളെയും ഭരണത്തിന്റെ നിർണ്ണായക തസ്തി കകളിൽ നിയമിച്ചിരുന്നു. എന്നാൽ ബ്രിട്ടീഷ് ഭരണാധികാരികളാണ് ഹിന്ദു-മുസ്ലീം ഭിന്നിപ്പുണ്ടാക്കിക്കൊണ്ട് തങ്ങളുടെ സ്ഥാനമുറപ്പിക്കുക എന്ന തന്ത്രം ഫലപ്രദമായി ഉപയോഗിച്ചത്. അതിന്റെ ഫലമായാണ് ഇന്ത്യ വർഗ്ഗീയ സംഘട്ടനങ്ങളുടെ വേദിയായി മാറുന്നത്.

ഈ വിഭജനം ശാശ്വതമാക്കുന്നതിനാണ് മതത്തിന്റെ അടിസ്ഥാന ത്തിലുള്ള പ്രാതിനിധ്യ സംവിധാനം രൂപപ്പെടുത്തുകയും അത് 1935 ലെ ഭരണഘടനയിൽ ഉൾക്കൊള്ളിക്കുകയും ചെയ്തത്. ഇതനുസരിച്ച് മുസ്ലീ ങ്ങൾക്ക് മാത്രമല്ല സിഖുകൾക്കും, ക്രിസ്ത്യാനികൾക്കും ആംഗ്ലോ ഇന്ത്യാ ക്കാർക്കും ദലിത് ജനവിഭാഗങ്ങൾക്കും യൂറോപ്യൻമാർക്കും ജന്മിമാർക്കും വ്യാപാരിവ്യവസായി വിഭാഗങ്ങൾക്കുമൊക്കെ പ്രത്യേകം പ്രാതിനിധ്യാ വകാശം ലഭിച്ചു. സ്ഥാനമാനങ്ങൾക്കുവേണ്ടി മത്സരിക്കുന്ന ഇടത്തര ക്കാർക്കിടയിൽ ഭിന്നിപ്പുണ്ടാക്കുന്നതിനാണ് ഈ തന്ത്രം പ്രയോഗിക്കപ്പെ ട്ടത്. മതപരമായ ചേരിതിരിവിന്റെ അടിസ്ഥാനത്തിൽ ബഹുരാഷ്ട്രസി ദ്ധാന്തത്തെയും അവർ പ്രോത്സാഹിപ്പിച്ചു. ഇന്ന് ഹിന്ദുരാഷ്ട്രത്തിനും ഇസ്ലാമിക രാഷ്ട്രത്തിനും വേണ്ടി വാദിക്കുന്നവർ സാമ്രാജ്യത്വം പ്രോത്സാ ഹിപ്പിച്ച അതേ പാതയിലൂടെയാണ് സഞ്ചരിക്കുന്നത്.

മതത്തിന്റെ അടിസ്ഥാനത്തിൽ ഒരു രാഷ്ട്രം എന്ന സിദ്ധാന്തം പ്രച രിപ്പിക്കുന്നവർ അറുപിന്തിരിപ്പന്മാരാണ്. രാഷ്ട്രത്തിന്റെ സ്വഭാവത്തെ സംബന്ധിച്ചിടത്തോളം ചരിത്രപരവും സാർവ്വദേശീയവുമായ എല്ലാവിധ അനുഭവങ്ങൾക്കും വിരുദ്ധമാണ് അവരുടെ നിലപാട്. ഇന്നുള്ള ദേശീ യാതിർത്തികളെയൊന്നും പരിഗണിക്കാതെ കത്തോലിക്കർക്കെല്ലാം ഒരു രാഷ്ട്രമായി മാറാനാവുമോ? വടക്കേ ആഫ്രിക്ക മുതൽ ഇന്ത്യ വരെ യുള്ള രാഷ്ട്രങ്ങളിലെ മുസ്ലീങ്ങൾക്കെല്ലാം കൂടി ഒരു രാഷ്ട്രമുണ്ടാക്കാ നാവുമോ? അതുപോലെ ഇന്ത്യയിലും പാകിസ്ഥാനിലും ബംഗ്ലാദേശിലും നേപ്പാളിലുമൊക്കെയുള്ള ഹിന്ദുക്കൾക്ക് പ്രത്യേകം രാഷ്ട്രമായി മാറാനാവുമോ? ഇല്ലെന്നെല്ലാവർക്കുമറിയാം.

എങ്ങനെയാണ് രാഷ്ട്രം രൂപംകൊള്ളുന്നത്? *മാർക്സിസവും ദേശീ യപ്രശ്നവുമെന്ന* വിഖ്യാത ഗ്രന്ഥത്തിൽ സ്റ്റാലിൻ ഈ ചോദ്യത്തിനു ത്തരം നൽകിയിട്ടുണ്ട്. "ഭാഷയുടെയും ഭൂപ്രദേശത്തിന്റെയും സാമ്പ ത്തിക ജീവിതത്തിന്റെയും അടിസ്ഥാനത്തിൽ ചരിത്രപരമായി രൂപം കൊണ്ട ഒരു സുസ്ഥിരസമൂഹമാണ് രാഷ്ട്രം." ഇതിനർത്ഥം ഇതിൽ ഏതെങ്കിലുമൊരു സ്വഭാവവിശേഷമുള്ളതുകൊണ്ടു മാത്രം രാഷ്ട്രമാവു മെന്നല്ല. ഇതിൽ ഏതെങ്കിലുമൊന്നില്ലെങ്കിൽ രാഷ്ട്രത്തിന്റെ നിലനില്പ്പു തന്നെ ഇല്ലാതാകും. "ഈ സ്വഭാവവിശേഷങ്ങൾ എല്ലാം ഉണ്ടെങ്കിൽ മാത്രമേ ഒരു രാഷ്ട്രമായി തീരുകയുള്ളൂ" എന്ന് സ്റ്റാലിൻ തറപ്പിച്ചുതന്നെ പറയുന്നുണ്ട്.

രാഷ്ട്രം രൂപംകൊള്ളുന്നത് ചരിത്രപരമായ ഒരു പ്രക്രിയയിലൂടെ യാണ്. മുതലാളിത്തത്തിന്റെ വളർച്ചയോടെയാണത് പൂർണ്ണതയിലെത്തു ന്നത്. നിശ്ചിതമായ ജനവിഭാഗങ്ങളുടെ സാമൂഹ്യ–ദൈനംദിന വിനിമയ രൂപങ്ങളുടെയും ഭൗതികവും ആത്മീയവുമായ സംസ്കാരത്തിന്റെ തുടർച്ചയെയുമാണിത് പ്രതിനിധീകരിക്കുന്നത്. ഒരു ദേശീയതയുടെ രൂപീ കരണം വളരെ സങ്കീർണ്ണമായ ഒരു പ്രക്രിയയാണ്. വിവിധ വിഭാഗങ്ങ ളിലുള്ള മനുഷ്യരുടെ പ്രവർത്തനം, അതുണ്ടാക്കുന്ന സ്വാധീനം, ഗോത്ര ങ്ങൾ തമ്മിലുള്ള കൂടുതലടുത്ത സാമ്പത്തിക സാംസ്കാരിക ബന്ധ ങ്ങൾക്ക് കാരണമായ ഗോത്രസഖ്യങ്ങളുടെ ആവിർഭാവം, വിവിധ ഗോത്ര ങ്ങൾ തമ്മിലുള്ള സൈനിക സംഘട്ടനങ്ങൾ, കുടിയേറ്റം, ഗോത്രസ്വഭാ വത്തിന്റെ ആവിർഭാവം, വർഗ്ഗങ്ങൾ തമ്മിലുള്ള വിഭജനം എന്നിവ യൊക്കെ അതിന് കാരണമായിത്തീരുന്നുണ്ട്. വർഗ്ഗസമൂഹത്തിൽ ഭരണ കൂടങ്ങളുടെ ആവിർഭാവവും ദേശീയതയുടെ രൂപീകരണത്തിൽ ശക്ത മായ സ്വാധീനം ചെലുത്തുന്നുണ്ട്. ദേശീയത കൂടുതൽ ദൃഢീകരിക്കാൻ അത് ശ്രമിക്കുന്നുണ്ട്. ജനാധിപത്യത്തിന്റെ വിജയകരമായ മുന്നേറ്റത്തി ന്റെയും ഫ്യൂഡൽ അനൈക്യത്തിന് മേൽ നേടുന്ന വിജയത്തിന്റെയും സമയത്താണ് ഒരു രാഷ്ട്രം ഏറ്റവും വികസിതമാവുന്നത്.

ദേശീയതയുടെ രൂപീകരണത്തിന് അടിസ്ഥാനം മതമല്ല; മറിച്ച് ചരി ത്രപരമായ പരിണാമപ്രക്രിയയാണ്. ഇന്ത്യയിൽ ഹിന്ദുക്കളെയോ ക്രിസ്ത്യാനികളെയോ മുസ്ലീങ്ങളെയോ പ്രത്യേകജനതകളായി പരിഗ

ണിക്കാൻ സാദ്ധ്യമല്ല. കാരണം ഈ മതങ്ങളിൽപ്പെട്ടവർ തന്നെ വ്യത്യ
സ്തഭാഷക്കാരാണ്, വ്യത്യസ്ത സംസ്കാരക്കാരാണ്; വ്യത്യസ്തഭൂവി
ഭാഗങ്ങളിൽ താമസിക്കുന്നവരാണ്; നരവംശശാസ്ത്രപരമായും അവർ
വ്യത്യസ്തരാണ്. ബീഹാറി ഹിന്ദുവിനും കേരള ഹിന്ദുവിനും തമ്മിൽ
പൊതുവായിട്ടെന്താണുള്ളത്? പഞ്ചാബി മുസ്ലീമിനും ബംഗാളി മുസ്ലീ
മിനും പൊതുവായിട്ടെന്താണുള്ളത്? പൊതുവായ മതവും പഴയ സംസ്കാ
രത്തിലെ ചില പുരാണങ്ങളുമല്ലാതെ മറ്റൊന്നുമില്ല. അതിനാൽ ഇന്ത്യ
യിൽ വ്യത്യസ്തങ്ങളായ ദേശീയതകളുണ്ടെന്ന് അംഗീകരിച്ചേ മതിയാവൂ.
അവർ അധിവസിക്കുന്ന ഭൂവിഭാഗത്തിന്റെയും പൊതുവായ ചരിത്രപാര
മ്പര്യത്തിന്റെയും പൊതുഭാഷയുടെയും സംസ്കാരത്തിന്റെയും മാനസി
കബോധത്തിന്റെയും പൊതുവായ സാമ്പത്തികജീവിതത്തിന്റെയും അടി
സ്ഥാനത്തിൽ വേണം വിലയിരുത്താൻ. ഈ അടിസ്ഥാനത്തിൽ വിലയ
രുത്തിയാൽ ഇന്ത്യൻ യൂണിയനിൽ തങ്ങളുടെ സ്വന്തം സംസ്ഥാ
നങ്ങളുള്ള വ്യത്യസ്ത ദേശീയതകൾ ഈ രാജ്യത്ത് അധിവസിക്കു
ന്നുണ്ട് എന്ന് കാണാനാവും. ഇന്ന് ഐക്യത്തോടെ കഴിഞ്ഞുവരുന്ന ഈ
ജനവിഭാഗങ്ങളുടെ ഐക്യം തകർക്കുന്നതിനാണ് ദേശീയതയെ മത
ത്തിന്റെ അടിസ്ഥാനത്തിൽ അവതരിപ്പിക്കാനുള്ള ശ്രമം.

ഇന്ത്യയുടെ വിമോചനത്തിനായുള്ള സാമ്രാജ്യത്വ വിരുദ്ധപ്രസ്ഥാനം
ദേശീയ പ്രസ്ഥാനമായാണ് എല്ലായ്പോഴും വിശേഷിപ്പിക്കപ്പെട്ടിരുന്നത്.
അതോടൊപ്പം തന്നെ ഇന്ത്യയിൽ അധിവസിക്കുന്ന വ്യത്യസ്ത ദേശീയ
ജനവിഭാഗങ്ങളാകെ തന്നെ ഒറ്റ ജനതയായും വിശേഷിപ്പിക്കപ്പെട്ടുവന്നു.
സാമ്രാജ്യത്വവിരുദ്ധപോരാട്ടത്തിന്റെ ഭാഗമായാണ് ഇന്ത്യയിൽ വിവിധ
ദേശീയതകൾ തമ്മിൽ ഐക്യം രൂപപ്പെടുകയും ശക്തിപ്പെടുകയും
ചെയ്തത്. ഇതാണ് ഇന്ത്യൻ സ്വാതന്ത്ര്യസമരപ്രസ്ഥാനത്തെ വിജയത്തി
ലേക്ക് നയിച്ചത്. എന്നാൽ പൊതുവായ ഭാഷയോ, സംസ്കാരമോ, മാ
നസികബോധമോ ഇല്ലാത്ത വ്യത്യസ്ത ഭൂപ്രദേശങ്ങളിൽ ജീവിക്കുന്ന
ജനവിഭാഗങ്ങളെ ഒരൊറ്റ ജനത എന്ന് വിശേഷിപ്പിക്കുന്നതിൽ അർത്ഥ
മില്ല. ദേശീയതയുടെ അടിസ്ഥാനം മതമാണെന്ന് പറയുന്ന വർഗ്ഗീയ
ശക്തികളെ ചെറുക്കുന്നതിനോ ദേശീയ പ്രശ്നങ്ങൾക്ക് പരിഹാരം
കാണുന്നതിനോ അത്തരമൊരു നിലപാടുകൊണ്ട് കഴിയില്ല.

ഇന്ത്യാ-പാക് വിഭജനത്തിന് മുമ്പായാലും പിമ്പായാലും ഇന്ത്യാ
ഉപഭൂഖണ്ഡം വിവിധ ഭാഷക്കാരും, വിവിധ പ്രദേശങ്ങളിൽ ഒതുങ്ങിജീ
വിക്കുന്നവരും വിവിധ ഗോത്ര-നരവംശ-സാംസ്കാരിക വിഭാഗങ്ങളിൽ
പെട്ടവരുമായ ജനവിഭാഗങ്ങൾ അധിവസിക്കുന്ന വിശാലമായ ഒരു ഭൂവി
ഭാഗമാണ്. ബ്രിട്ടീഷ് കോളനി മേധാവികളാൽ ഭരിക്കപ്പെട്ട ഒരു ബഹുദേ
ശീയ രാഷ്ട്രമായിരുന്നു ഇന്ത്യ. വിഭജിതമായ ഇന്ത്യയും പാകിസ്ഥാനും
ബഹുദേശീയ രാഷ്ട്രങ്ങളായിത്തന്നെ തുടരുകയും ചെയ്യുന്നു. മതാധി
ഷ്ഠിതമായി രൂപംകൊണ്ട പാകിസ്ഥാനുപോലും ഒന്നായി നിലനിൽക്കാൻ
കഴിഞ്ഞില്ല എന്നത് വ്യക്തമാക്കുന്നത് ദേശീയത മതാടിസ്ഥാനത്തിലല്ല
എന്ന വസ്തുതയാണ്.

27

മതനിരപേക്ഷത

ബ്രിട്ടീഷ് ഭരണകാലത്ത് സ്വന്തം ആധിപത്യം നിലനിർത്തുന്നതി
നായി ഹിന്ദുവെന്നും മുസ്ലീമെന്നും വേർതിരിച്ച് ജനങ്ങളെ തമ്മിലടിപ്പി
ക്കുവാൻ തുടങ്ങിയത് ഭരണാധികാരികളാണ്. അത് അവസാനം ഇന്ത്യ
യുടെ വിഭജനത്തിൽ ചെന്നെത്തി. പാകിസ്ഥാൻ ഇസ്ലാമികരാഷ്ട്രമാണ്
ആയതെങ്കിൽ ഇന്ത്യ സ്വീകരിച്ചത് മതനിരപേക്ഷതയാണ്. മതനിരപേ
ക്ഷത എന്നാൽ മതം രാഷ്ട്രീയത്തിൽ ഇടപെടാതിരിക്കലാണ്. മുതലാ
ളിത്ത വളർച്ചയുടെ ഭാഗമായി നടന്ന ജനാധിപത്യവിപ്ലവത്തിന്റെ സംഭാ
വനയായിരുന്നു മതനിരപേക്ഷത എന്ന ആശയം. എന്നാൽ മതത്തെയും
രാഷ്ട്രത്തെയും വേർതിരിക്കുന്ന ഈ ആശയത്തെ അതേപടി ഇന്ത്യൻ
ഭരണഘടന ഉൾക്കൊണ്ടിട്ടില്ല. ഭരണഘടനാനിർമ്മാണ സമിതി അംഗീ
കരിച്ച ഇന്ത്യൻ ഭരണഘടനയിൽ അങ്ങനെയൊരു വിശേഷണം പോലും
ഇന്ത്യൻ റിപ്പബ്ലിക്കിനുണ്ടായിരുന്നില്ല. 1976 ൽ 42-ാം ഭരണഘടനാ ഭേദ
ഗതിയിലൂടെയാണ് ഇന്ത്യ ഒരു മതനിരപേക്ഷ റിപ്പബ്ലിക്കാവുന്നത്. ആ
മതനിരപേക്ഷതയുടെ അർത്ഥം എല്ലാ മതങ്ങൾക്കും തുല്യമായ പരിഗ
ണന കിട്ടുന്ന ഒരു രാജ്യം എന്നതായിരുന്നു. അങ്ങനെ വെള്ളം
ചേർക്കപ്പെട്ട മതനിരപേക്ഷതയാണ് ഇന്ത്യൻ ഭരണഘടനയിൽ അത്
നിർമ്മിക്കപ്പെട്ട് കാൽനൂറ്റാണ്ട് കഴിഞ്ഞതിന് ശേഷം ഇടംപിടിച്ചത്.

മതത്തെയും രാഷ്ട്രീയത്തെയും തമ്മിൽ വേർതിരിക്കുക എന്ന നിര
പേക്ഷ കാഴ്ചപ്പാട് 1950 ൽ നിലവിൽ വന്ന ഭരണഘടനയിൽ ഇല്ലാതിരു
ന്നതിനും 1976 ൽ ഭരണഘടനയിൽ ഉൾക്കൊള്ളിച്ചപ്പോൾത്തന്നെ
അതിന്റെ നിർവ്വചനത്തിൽ വെള്ളം ചേർക്കപ്പെട്ടതിനും പിന്നിൽ സ്വതന്ത്ര
ഇന്ത്യയുടെ വർഗ്ഗാധിപത്യത്തിന്റെ സവിശേഷത ഒളിഞ്ഞിരിപ്പുണ്ട്. ഇന്ത്യ
യിലെ മുതലാളിവർഗ്ഗത്തിനും അതിനുനേതൃത്വം കൊടുക്കുന്ന കുത്തക
മുതലാളിത്തത്തിനും സങ്കുചിതമായ ഒരു സാമൂഹികാടിത്തറയാണുണ്ടാ

യിരുന്നത്. അതിനാൽ ഇന്ത്യയുടെ ഭരണാധികാരം കൈയാളുന്നതിന് ഭൂപ്രഭുത്വവുമായി സന്ധിചെയ്യേണ്ടത് അവരുടെ നിലനില്പിന്റെ തന്നെ പ്രശ്നമായിരുന്നു. സ്വാതന്ത്ര്യസമരഘട്ടത്തിലും നാട്ടുരാജ്യങ്ങളിൽ സ്വാത ന്ത്ര്യസമരപ്രസ്ഥാനം വളർത്തിക്കൊണ്ടുവരികയെന്നത് കോൺഗ്രസിന്റെ അജണ്ടയിലില്ലായിരുന്നു.

ചരിത്രത്തിന്റെ പുരോഗതിക്കു വിരുദ്ധമായ ഈ കൂട്ടുകെട്ട് ഇന്ത്യ യുടെ സാമൂഹികവും രാഷ്ട്രീയവും സാമ്പത്തികവുമായ വികസന ത്തിന്റെ ഉള്ളടക്കത്തെയും ദിശയെയും നിർണ്ണയിക്കുന്ന ഒട്ടനവധി പുതിയ വൈരുദ്ധ്യങ്ങൾക്ക് രൂപംകൊടുത്തു. ബൂർഷ്വാസിയും ഭൂപ്രഭുത്വവും സന്ധിചെയ്യുക എന്നതിനർത്ഥം സാമ്രാജ്യത്വത്തിനെതിരായി നടത്തേണ്ട പോരാട്ടത്തിൽ വെള്ളംചേർക്കുക എന്നാണ്. കാരണം ഭൂപ്രഭുത്വത്തിന്റെ ഉല്പാദനബന്ധങ്ങളെ നിർണ്ണായകമായി ഇല്ലാതാക്കാതെ മുതലാളിത്ത ത്തിന് സ്വതന്ത്രമായി വികസിക്കാനാവില്ല. സ്വാഭാവികമായും വികസന ത്തിനായി സാമ്രാജ്യത്വത്തെ ആശ്രയിക്കാൻ മുതലാളിത്തം നിർബ്ബന്ധി തമാകുന്ന സ്ഥിതിയുണ്ടാവുന്നു. മറുവശത്താകട്ടെ ഇന്ത്യൻ ജനതക്കും സമ്പദ്‌വ്യവസ്ഥയ്ക്കും മേൽ ഭൂപ്രഭുത്വത്തിന്റെ അവശിഷ്ടങ്ങൾ തുടർന്നും നിലനിർത്തുന്നതിനും സ്വാധീനം ചെലുത്തുന്നതിനും ഇതിട യാക്കുന്നു.

ചുരുക്കിപ്പറഞ്ഞാൽ ഒരുവശത്ത് സാമ്രാജ്യത്വവുമായും മറുവശത്ത് ഭൂപ്രഭുത്വവുമായും ഒത്തുതീർപ്പുണ്ടാക്കിക്കൊണ്ടല്ലാതെ വളരാനാവാത്ത ഒരവസ്ഥയിൽ ഇന്ത്യൻ മുതലാളി വർഗ്ഗം നിലകൊള്ളുന്നതിനാൽ സ്വത ന്ത്രമായ മുതലാളിത്തവികസനപാത അവർക്ക് സൃഷ്ടിക്കാനാവുന്നില്ല. ഭൂപ്രഭുത്വത്തിന് മേൽ മുതലാളിത്തം കെട്ടിവയ്ക്കപ്പെടുന്ന സവിശേഷ സ്ഥിതിയാണ് ഇന്ത്യയിലുള്ളത്. അതുകൊണ്ടുതന്നെ ഭൂപ്രഭുത്വത്തിന്റെ ആശയലോകത്തിനെതിരെ സമരം ചെയ്യാൻ ഇന്ത്യൻ ബൂർഷ്വാസിക്കാ യില്ല.

സാമ്പത്തികരംഗത്താവട്ടെ സമഗ്രമായ കാർഷികപരിഷ്കരണം നടത്തി അതുവഴി കോടിക്കണക്കായ ജനങ്ങളുടെ ക്രയശേഷി വർദ്ധി പ്പിക്കാനും ഇന്ത്യൻ ബൂർഷ്വാസിക്കായില്ല. ഇത് ആഭ്യന്തര വിപണിയുടെ വികാസം തടഞ്ഞു. സ്വാഭാവികമായും വിദേശവിപണി തേടാൻ ഇന്ത്യൻ മുതലാളിവർഗ്ഗം നിർബ്ബന്ധിതമായി. വിദേശവിപണിയിൽ മത്സരിക്കുന്ന തിന് സാമ്രാജ്യത്വ മൂലധനത്തിന്റെയും സാമ്രാജ്യത്വ സാങ്കേതിക വിദ്യ യുടെയും സഹായമില്ലാതെ കഴിയുമായിരുന്നില്ല. ഈ സഹായം തേട ലിന്റെ അനന്തരഫലമായാണ് പുത്തൻ സാമ്പത്തികനയം അവതരിപ്പി ക്കേണ്ടിവന്നത്. സ്വാഭാവികമായും സാമ്രാജ്യത്വത്തോടുള്ള ആശ്രിതത്വം വർദ്ധിക്കുന്നതിന് ഇത് ഇടയാക്കി. തദ്ഫലമായി ആഗോളമുതലാളിത്ത പ്രതിസന്ധി ഇന്ത്യയുടെ സാമ്പത്തിക പ്രതിസന്ധിയായി. ഇതിന്റെ ഭാരം മുഴുവൻ ജനങ്ങളുടെ ചുമലിൽ അടിച്ചേല്പിക്കാനാണ് ഭരണവർഗ്ഗം തയ്യാ റായത്.

മറുഭാഗത്താവട്ടെ ഭൂപ്രഭുത്വത്തിന്റെ അവശിഷ്ടങ്ങൾ ഉന്മൂലനം ചെയ്യാൻ കഴിയാതിരുന്നത് ഭൂപ്രഭുത്വത്തിന്റെ സാമൂഹിക അവബോധം ഉപരിഘടനയിൽ പിടിമുറുക്കുന്നതിനിടയാക്കി. വർഗ്ഗീയതയുടെയും ജാതീ യതയുടേയും സ്വാധീനം നിലനില്ക്കുകയും വളരുകയും ചെയ്തു. ഭൂപ്ര ഭുത്വാവശിഷ്ടങ്ങൾക്കുമേൽ മുതലാളിത്തം അടിച്ചേല്പ്പിക്കുന്നതിനുള്ള ശ്രമങ്ങൾ, അതിന്റെ ഫലമായി ഭൂപ്രഭുത്വ ആശയങ്ങളും മുതലാളിത്ത ജീർണ്ണതയും തമ്മിലുള്ള സങ്കലനം, ഇവയൊക്കെ പുതിയൊരു സ്ഥിതി വിശേഷത്തിലേക്ക് ഇന്ത്യയെക്കൊണ്ടെത്തിച്ചു.

ഇന്ത്യയിൽ നിലനില്ക്കുന്ന ജാതിവിഭജിത സമൂഹത്തിനകത്താണ് മുതലാളിത്തം വളരാനാരംഭിച്ചത്. വർഗ്ഗരൂപീകരണം നടന്നതും ഈ ജാതി വ്യവസ്ഥയ്ക്കകത്തുതന്നെ. സങ്കീർണ്ണമായ ഒരു സ്ഥിതിയാണിത് ഉള വാക്കിയത്. ജാതീയതയെ ഉപയോഗപ്പെടുത്തി മുതലാളിത്തം തന്നെ വോട്ടുബാങ്കുകൾ സൃഷ്ടിക്കാനുള്ള ശ്രമം നടത്തി. ജാതിയെ രാഷ്ട്രീ യാവശ്യങ്ങൾക്കുപയോഗിക്കുന്നതുപോലെ തന്നെ മതത്തെയും രാഷ്ട്രീ യാവശ്യങ്ങൾക്കുപയോഗിക്കാൻ തുടങ്ങി. അതാണ് വർഗ്ഗീയതയായി വളർന്നത്. വർഗ്ഗീയശക്തികൾ ഇപ്പോൾ നടത്തിക്കൊണ്ടിരിക്കുന്ന ഈ കടന്നാക്രമണങ്ങൾക്കു പിന്നിലെ വസ്തുനിഷ്ഠമായ അടിത്തറ സ്വാത ന്ത്ര്യാനന്തരം ഇന്ത്യയിൽ വളർന്നുവന്ന വൈരുദ്ധ്യങ്ങളുടേതാണ്. വ്യവ സ്ഥിതി നേരിടുന്ന പ്രതിസന്ധി ജനങ്ങൾക്കിടയിൽ ശക്തമായ അസം തൃപ്തിയാണുണ്ടാക്കുന്നത്. ചൂഷിത വിഭാഗത്തിന്റെ അസംതൃപ്തി സ്വാഭാവികമാണ്. എന്നാൽ ഇന്ന് ഇന്ത്യയിൽ മുമ്പ് ചൂഷകരായിരുന്നവ രിൽ നിന്ന് ഇടത്തരക്കാരായി തരംതാഴ്ത്തപ്പെട്ടവരിൽ നിന്നുള്ള അസം തൃപ്തിയും പ്രകടമാണ്. അതാവട്ടെ കൂടുതൽ വിപുലവും അഭിപ്രായ രൂപീകരണശേഷിയുള്ളതുമായ ഒരു വിഭാഗമാണ്. അവരാകട്ടെ ചൂഷക വിഭാഗത്തിന്റെ അവബോധം നിലനില്ക്കുന്നവരുമാണ്. സ്വാഭാവികമായും വർഗ്ഗീയപ്രത്യയശാസ്ത്രത്തിന്റെ വളർച്ചയ്ക്ക് വളക്കൂറുള്ള മണ്ണായി ഈ വിഭാഗം മാറുന്നു. ഈ അസംതൃപ്തിയെ ചൂഷണം ചെയ്തും പിന്നോക്കം നില്ക്കുന്ന ബോധനിലവാരത്തെ സ്ഥായിയാക്കി നിർത്തിയും രാഷ്ട്രീയ നേട്ടങ്ങൾക്കായി ഉപയോഗപ്പെടുത്താനാണ് വർഗ്ഗീയവാദികൾ ശ്രമിച്ചു കൊണ്ടിരിക്കുന്നത്. മറുഭാഗത്താകട്ടെ അവരുടെ അസംതൃപ്തിക്കിടയാ ക്കുന്ന ജീവിതസാഹചര്യങ്ങൾക്ക് കാരണം മുസ്ലീങ്ങളും ക്രൈസ്തവ രുമാണെന്നും അവരെ ശത്രുക്കളായിക്കാണണമെന്നും അവർ പഠിപ്പി ക്കുന്നു.

28

മതവും മാർക്സിസവും

'ജനങ്ങളെ മയക്കുന്ന കറുപ്പാണ് മതം' എന്ന സന്ദർഭത്തിൽ നിന്ന് അടർത്തിയെടുത്ത ആ കൊച്ചു വാചകം കൊണ്ട് മതത്തെ സംബന്ധിച്ച മാർക്സിസ്റ്റ് വിലയിരുത്തലിനെ ലളിതവല്ക്കരിച്ച് കാണിക്കാനാണ് എക്കാലത്തും മാർക്സിസ്റ്റ് വിരുദ്ധർ മുതിർന്നിട്ടുള്ളത്. ഹെഗലിന്റെ *നിയ മദർശനത്തെപ്പറ്റിയുള്ള നിരൂപണത്തിന് ഒരു സംഭാവനയുടെ ആമു ഖത്തിലാണ്* മാർക്സ് മതത്തെ വിശകലനം ചെയ്തിരിക്കുന്നത്. അത് ഇപ്രകാരമാണ്.

മതപരമായ സന്താപമെന്നത് അതേസമയം തന്നെ യഥാർത്ഥ സന്താപത്തിന്റെ ഒരു ബഹിർസ്ഫുരണവും യഥാർത്ഥസന്താപ ത്തിനെതിരായ പ്രതിഷേധവും കൂടിയാണ്. മതം മർദ്ദിതജീവിയുടെ നിശ്വാസമാണ്; ഹൃദയശൂന്യമായ ലോകത്തിന്റെ ഹൃദയമാണത്. അതുപോലെ തന്നെ ഉന്മേഷരഹിതമായ സാഹചര്യങ്ങളിലെ ലഹ രിയുമാണത്. ജനങ്ങളെ മയക്കുന്ന കറുപ്പാണത്.

കറുപ്പിനെപ്പോലെ മായികലോകം സൃഷ്ടിക്കാൻ കഴിവുള്ളത് എന്ന തിനാലാണ് മാർക്സ് മതത്തെ കറുപ്പിനോട് ഉപമിച്ചത്. ഒപ്പം മർദ്ദിത നായ മനുഷ്യനെ സംബന്ധിച്ചിടത്തോളം ആശ്വാസകരമായ ഒന്നുമാണത്. ഹൃദയമില്ലാത്ത ലോകത്തിലെ ഹൃദയവും ഉന്മേഷരഹിതമായ സാഹച ര്യത്തിലെ ലഹരിയുമായാണ് മതം മനുഷ്യനിൽ പ്രവർത്തിക്കുന്നത്. തങ്ങൾക്ക് മനസ്സിലാക്കാൻ കഴിയുന്നതിന്റെയും നിയന്ത്രിക്കാവുന്നതി ന്റെയും അപ്പുറത്തെന്ന് തോന്നിക്കുന്ന സാഹചര്യങ്ങളിൽ അകർമ്മണ്യ തയിലേക്ക് പിൻവാങ്ങി എല്ലാം വിധിക്കു വിട്ടുകൊടുത്ത് മയങ്ങിയിരി ക്കാൻ ജനങ്ങളെ പ്രാപ്തമാക്കുന്ന മയക്കുമരുന്നായി മതം പ്രവർത്തി ക്കുന്നു.

മതത്തെ സംബന്ധിച്ച മാർക്സിസ്റ്റ് ധാരണ അതിന്റെ മൊത്തം ദാർശനികതയുമായി ബന്ധപ്പെട്ടാണ് കിടക്കുന്നത്. മനുഷ്യബോധത്തെ നിർണ്ണയിക്കുന്നതെന്ത് എന്ന അടിസ്ഥാനപരമായ ദാർശനിക പ്രശ്നത്തിന് ഉത്തരം കണ്ടെത്തേണ്ടിയിരിക്കുന്നു. മനുഷ്യന്റെ ബോധത്തെ നിർണ്ണയിക്കുന്നത് അവന്റെ സാമൂഹിക പരിതഃസ്ഥിതിയാണ്. *അർത്ഥശാസ്ത്ര വിമർശം–ഒരാമുഖത്തിൽ* മാർക്സ് പറഞ്ഞു. "മനുഷ്യരുടെ അസ്തിത്വത്തെ നിർണ്ണയിക്കുന്നത് അവരുടെ ബോധമല്ല, മറിച്ച് അവരുടെ സാമൂഹികസ്തിത്വമാണ് അവരുടെ ബോധത്തെ നിർണ്ണയിക്കുന്നത്." ഈ ബോധത്തിന്റെ തുടർച്ചയായാണ്, "മനുഷ്യനാണ് മതത്തെ സൃഷ്ടിക്കുന്നത്; അല്ലാതെ മതം മനുഷ്യനെ സൃഷ്ടിക്കുകയല്ല ചെയ്യുന്നത്" എന്ന് മാർക്സ് വ്യക്തമാക്കിയത്. മനുഷ്യബോധത്തിന്റെ മറ്റേതു ബഹിർപ്രകടനത്തെയും പോലെ മതവും മനുഷ്യന്റെ സാമൂഹികാസ്തിത്വത്തിന്റെ ഉല്പന്നമാണ് എന്നാണിതുകൊണ്ട് അർത്ഥമാക്കുന്നത്.

ഈ ധാരണയുടെ അടിസ്ഥാനത്തിൽ പരിശോധിച്ചാൽ സ്വയം നില നിൽക്കുന്ന ഒന്നല്ല മതമെന്ന് കാണാനാവും. മതത്തിന് സാമൂഹികജീവിതത്തിൽ നിന്നും വേറിട്ടൊരു നിലനില്പില്ല. അതാതുകാലത്ത് സമൂഹത്തിൽ നിലനിന്നിട്ടുള്ള വൈരുദ്ധ്യങ്ങളെല്ലാം മതത്തിലും പ്രതിഫലിച്ചിട്ടുണ്ട്. ഏകലവ്യന്റെ പെരുവിരൽ മുറിച്ചുമാറ്റുന്ന ദ്രോണർ ചാതുർവർണ്ണ്യവ്യവസ്ഥയുടെ പ്രതിഫലനമാണ്. അന്നത് ന്യായീകരിക്കപ്പെടുന്നത് അന്ന് നിലവിലുണ്ടായിരുന്ന ചൂഷണ വ്യവസ്ഥയുടെ ഭാഗമായാണ്. മതം അന്നന്നത്തെ സാമൂഹിക വ്യവസ്ഥയുടെ ഒരു ഉപകരണമായി ഭരണവർഗ്ഗത്തിന്റെ കൈകളിൽ പ്രവർത്തിക്കുകയാണ് ചെയ്യുന്നത്. മതം ലിഖിത ചരിത്രത്തിലുടനീളം പ്രത്യയശാസ്ത്രത്തിന്റെ അധീശരൂപമായാണ് പ്രവർത്തിച്ചിട്ടുള്ളത്. പ്രത്യയശാസ്ത്രത്തിന്റെ അധീശരൂപം മതമായിരിക്കുന്നിടത്തോളം കാലം പുരോഗമനാശയങ്ങൾക്കും പ്രതിലോമാശയങ്ങൾക്കും ഭരണവർഗ്ഗത്തിന്റെ നിക്ഷിപ്തതാല്പര്യങ്ങൾക്കും ചൂഷിതതാല്പര്യത്തിന്റെ ആവശ്യങ്ങൾക്കും മതത്തിന്റെ രൂപത്തിൽ തങ്ങളുടെ നിലപാടുകൾ തുല്യമായി അവതരിപ്പിക്കാനാവും. അതിനാൽ മതപരിഷ്കരണ പ്രസ്ഥാനങ്ങളുടെ ക്രിയാത്മകവും പുരോഗമനപരവുമായ ഉള്ളടക്കത്തെ മാർക്സിസം അംഗീകരിക്കുന്നു. ഭക്തിപ്രസ്ഥാനവും ശ്രീനാരായണ പ്രസ്ഥാനവും സൂഫിപ്രസ്ഥാനവുമൊക്കെ ഉദാഹരണങ്ങളാണ്. അതേസമയം ഇവയ്ക്കൊക്കെ പരിമിതികളുണ്ടെന്നും മാർക്സിസം ചൂണ്ടിക്കാണിക്കുന്നു. മതത്തിന്റെ പരിമിതികൾക്കുള്ളിൽ ഒതുങ്ങിനിന്നുകൊണ്ട് സമൂഹത്തിൽ സമഗ്രപരിവർത്തനം നടത്താനാകില്ല. എന്നാൽ മതത്തിന് മനുഷ്യന്റെ ബോധമണ്ഡലത്തിൽ ഉണ്ടാക്കാൻ കഴിഞ്ഞിട്ടുള്ള സ്ഥാനത്തെ അംഗീകരിക്കുന്നതിന് മാർക്സിസം എക്കാലത്തും തയ്യാറായിട്ടുണ്ട്.

മാർക്സിസ്റ്റുകാരെ സംബന്ധിച്ചിടത്തോളം മതം മനുഷ്യൻ നില നിന്നതും തുടർന്ന് നിലനില്ക്കുന്നതുമായ സാമൂഹ്യപരിതഃസ്ഥിതിയുടെ ഉല്പന്നമാണ്. മതത്തിന്റെ ചരിത്രം മനുഷ്യപരിണാമത്തിന്റെ ചരിത്രം കൂടെയാണ്. യഥാർത്ഥലോകത്തിന്റെ പ്രതിഫലനമാണ് നാം മതത്തിൽ കാണുന്നത്. അങ്ങനെ ദൈനംദിന അസ്തിത്വത്തെ നിർണ്ണയിക്കുകയും ഭാഗധേയത്തെ നയിക്കുകയും ചെയ്യുന്നുവെന്ന് തോന്നിപ്പിക്കുന്ന പ്രകൃ തിയിലെയോ സമൂഹത്തിലെയോ ശക്തികളെ മനസ്സിലാക്കാൻ മനുഷ്യ ജീവിയ്ക്ക് കഴിയാതെ വരുമ്പോഴാണ് ഭൗമാതീത പ്രകൃത്യാതീത ശക്തിയെ സൃഷ്ടിക്കേണ്ടതിന്റെ ആവശ്യകത ഉയർന്നുവരുന്നത്. യഥാർത്ഥ ജീവിതത്തിൽ തനിക്ക് കണ്ടെത്താൻ സാധിക്കാത്ത ആശ്വാ സബോധവും സൗന്ദര്യവും സാന്ത്വനവുമൊക്കെ മതം മനുഷ്യന് നൽകുന്നു.

അതേസമയം മതത്തിന് ഒരു മറുവശം കൂടിയുണ്ട്. പ്രത്യയശാസ്ത്ര ത്തിന്റെ അധിശരൂപം എന്ന നിലയിൽ മതം ഏതു ഘട്ടത്തിലും ഭരണ വർഗ്ഗാധിപത്യത്തിന്റെ ബഹിർപ്രകടനം കൂടെയാണ്. വർഗ്ഗപരമായ അടി ച്ചമർത്തലിന്റെ ഉപാധി എന്ന നിലയിലാണ് മതം ഈ വശത്ത് പെരുമാ റുന്നത്. അത് ഇല്ലാതാക്കണമെങ്കിൽ മതം രൂപംകൊള്ളാനിടയായതും അതിനെ നിലനിർത്തുന്നതുമായ സാഹചര്യങ്ങൾ മാറ്റിത്തീർക്കേണ്ട തുണ്ട്. അതിനായാണ് മാർക്സിസ്റ്റുകാർ പ്രവർത്തിക്കുന്നത്.

മാർക്സിസ്റ്റുകാർ തങ്ങൾ ഭൗതികവാദികളാണെന്ന കാര്യം മറച്ചു വയ്ക്കുന്നില്ല. മതം വർഗ്ഗവിഭജിത സമൂഹത്തിൽ വഹിക്കുന്ന സങ്കീർണ്ണ മായ പങ്കിനെ ഭൗതികവാദത്തിന്റെ അടിസ്ഥാനത്തിലാണ് മാർക്സിസ്റ്റു കാർ മനസ്സിലാക്കുകയും വിലയിരുത്തുകയും ചെയ്യുന്നത്. വർഗ്ഗരഹിത മായ വ്യവസ്ഥിതി സൃഷ്ടിക്കപ്പെടുന്നതിന് ശേഷവും ഏറെക്കാലം മതം നിലനിൽക്കാനിടയുണ്ടെന്ന് മനസ്സിലാക്കുന്ന മാർക്സിസ്റ്റുകാർ മതം സൃഷ്ടിക്കപ്പെട്ട സാമൂഹ്യസാഹചര്യത്തിനെതിരായാണ് അല്ലാതെ മതത്തിനെതിരെയല്ല പോരാടുന്നത്. മതത്തെ മാർക്സിസ്റ്റുകാർ സമീ പിക്കുന്നത് വൈരുദ്ധ്യാത്മകമായാണ്. ഒരു ഭാഗത്ത് അതിന് മനുഷ്യ സ്നേഹപരമായ ഒരു ഉള്ളടക്കമുണ്ടെന്നും മറുഭാഗത്ത് അത് വർഗ്ഗാധി പത്യത്തിന്റെ ഒരു ഉപകരണമായി ഉപയോഗിക്കപ്പെടുന്നുണ്ടെന്നും ഉള്ള സമഗ്രധാരണയാണ് മാർക്സിസ്റ്റുകാർക്ക് മതത്തെ സംബന്ധിച്ചുള്ളത്.

നാം നേരത്തെ കണ്ടതുപോലെ കൊളോണിയൽ ഇന്ത്യയിൽ വർഗ്ഗീ യതയ്ക്ക് രൂപം നൽകിയത് ബ്രിട്ടീഷുകാരാണ്. സ്വന്തം ഭരണാധികാരം നിലനിർത്തുന്നതിനായാണ് അവർ അതിനെ ഉപയോഗപ്പെടുത്തിയത്. ഭിന്നിപ്പിച്ച് ഭരിക്കുക എന്ന നയത്തിന്റെ അടിസ്ഥാനത്തിലായിരുന്നു അത്. ഹിന്ദു മുസ്ലീം ഐക്യം അതിന്റെ അത്യുന്നത രൂപത്തിൽ പ്രകടമായ ഒന്നാം സ്വാതന്ത്ര്യസമരത്തിന് ശേഷമാണ് ബ്രിട്ടീഷുകാർ വർഗ്ഗീയ രാഷ്ട്രീയത്തിന് രൂപം കൊടുക്കുന്നത്. ഹിന്ദു-മുസ്ലീം വേർതിരിവിന്റെ അടിസ്ഥാനത്തിൽ സമ്മതിദായകരെ വേർതിരിച്ചതും ബംഗാൾ വിഭജ

നവും മുസ്ലീംലീഗിന് നൽകിയ പ്രത്യേക പരിരക്ഷയുമെല്ലാം കൊളോ
ണിയൽ വാഴ്ച തുടരുന്നതിനുള്ള നടപടികളായിരുന്നു.

സ്വാതന്ത്ര്യലബ്ധിക്കുശേഷം ഭരണവർഗ്ഗത്തിനെതിരായ ജനകീയാ
സംതൃപ്തി രൂക്ഷമായിക്കൊണ്ടിരിക്കുകയാണ്. ഇത് വ്യവസ്ഥിതിക്കെ
തിരായ പോരാട്ടമായി വളർന്നുവരുന്നതിനെ തടയാൻ വർഗ്ഗീയവും ജാതീ
യവുമായ വേർതിരിവുകളെ ഉപയോഗപ്പെടുത്താനുള്ള ശ്രമമാണിന്ന്
നടന്നുകൊണ്ടിരിക്കുന്നത്.

29

യോജിച്ച പോരാട്ടം

സോഷ്യലിസ്റ്റ് ചേരിക്കുണ്ടായ തകർച്ചയെ തുടർന്ന് ലോകം വലത്തോട്ടു നീങ്ങി. ഇന്ത്യയിലും സമാനമായ പ്രവണതകൾ തന്നെയാണ് പ്രകടമായത്. ഇന്ത്യയിൽ മധ്യവർഗ്ഗമെന്ന് വിളിക്കപ്പെടുന്നവർക്കിടയി ലാണ് ഈ പ്രവണത കൂടുതൽ ശക്തമായിട്ടുള്ളത്. വിദ്യാസമ്പന്നരും നഗരവാസികളും സവർണ്ണ-ഇടത്തരം ജാതികളിൽപ്പെട്ടവരുമാണ് ഈ വിഭാഗം. ഇന്ത്യയിൽ കോളനിവാഴ്ചയ്ക്കെതിരായ പോരാട്ടത്തിൽ നിർണ്ണായകമായ പങ്കുവഹിച്ചവരാണിവർ. സമൂഹത്തിലെ അസന്തുലി താവസ്ഥ കുറയ്ക്കണമെന്നും കുത്തകമുതലാളിത്തത്തെ നിയന്ത്രിക്ക ണമെന്നും ദരിദ്രജനവിഭാഗങ്ങളുടെ ജീവിത നിലവാരമുയർത്ത ണമെന്നുമൊക്കെ വാദിച്ചിരുന്നവരാണിവർ. കോൺഗ്രസിന്റെ പുരോഗമന മുഖമായിരുന്നു ഇക്കൂട്ടർ. നെഹ്റുവിയൻ സാമ്പത്തികനയങ്ങൾ ഉദ്ഘോഷിക്കപ്പെട്ടത് ഇവരിലൂടെയായിരുന്നു.

നാല് പതിറ്റാണ്ടോളം കാലം ഇന്ത്യയിൽ മേൽക്കൈയുണ്ടായിരുന്ന ഈ നിലപാടിനെ കുഴിച്ചുമുടിക്കൊണ്ടാണ് പുത്തൻ സാമ്പത്തികനയം അവതരിപ്പിക്കപ്പെട്ടത്. ഈ നയം ഇന്ത്യയിലെ മധ്യവർഗ്ഗത്തിന്റെ കാഴ്ച പ്പാടുകളിലും നിർണ്ണായകമാറ്റങ്ങളാണുണ്ടാക്കിയിരിക്കുന്നത്. വധശിക്ഷ യ്ക്കുവേണ്ടി പരസ്യമായി വാദിക്കാനോ, ദരിദ്രർക്കു നൽകിവരുന്ന സബ് സിഡികൾ വെട്ടിക്കുറയ്ക്കണമെന്നാവശ്യപ്പെടാനോ, വംശഹത്യയാ രോപിക്കപ്പെട്ട ഒരു വ്യക്തിയെ പ്രധാനമന്ത്രിസ്ഥാനത്തേക്കുയർത്തിക്കാ ണിക്കാനോ ഇന്നവർ യാതൊരു മടിയും കാണിക്കുന്നില്ല. ഗ്രാമീണരും താഴ്ന്നജാതിക്കാരുമായ പാർലമെന്റംഗങ്ങൾ പോലും പരസ്യമായി അധിക്ഷേപിക്കപ്പെടുന്നു. നവലിബറൽ നയങ്ങൾ ശക്തിപ്പെടുന്നതോ ടൊപ്പം ഫാസിസ്റ്റാശയങ്ങളും ഇന്ത്യൻ സമൂഹത്തിൽ മാന്യത നേടിക്കൊ ണ്ടിരിക്കുകയാണ്.

കമ്യൂണിസ്റ്റ് ഇന്റർനാഷണലിന്റെ നേതാവായിരുന്ന ദിമിത്രോവാണ് ഫാസിസത്തെക്കുറിച്ചുള്ള ഏറ്റവും ആധികാരികമായ പഠനം നടത്തിയിട്ടുള്ളത്. ഫാസിസം വർഗ്ഗാതീത ഗവൺമെന്റല്ല; ഫൈനാൻസ് മൂലധനത്തിന് ഉപരിയുള്ള പെറ്റി ബൂർഷ്വാസിയുടേയോ ലുമ്പൻ തൊഴിലാളിവർഗ്ഗത്തിന്റെയോ ഗവൺമെന്റല്ല. ഫൈനാൻസ് മൂലധനത്തിന്റെ അധികാരശക്തിതന്നെയാണ് ഫാസിസം. തൊഴിലാളിവർഗ്ഗത്തിനും കൃഷിക്കാരിലെ വിപ്ലവബോധമുള്ള വിഭാഗത്തിനും ബുദ്ധിജീവികൾക്കും എതിരായ ഭീകരമായ പ്രത്യാക്രമണത്തിനുള്ള സംഘടനയാണത്. ഓരോ രാജ്യത്തിന്റെയും ചരിത്രപരവും സാമൂഹ്യവും സാമ്പത്തികവും ആയ പരിതഃസ്ഥിതികൾക്കും ദേശീയമായ പ്രത്യേകതകൾക്കും സാർവ്വദേശീയപദവിക്കും അനുസൃതമായി ഫാസിസത്തിന്റെ വളർച്ചയും സേച്ഛാധിപത്യം തന്നെയും അതത് രാജ്യങ്ങളിൽ തനതായ രൂപം കൈക്കൊള്ളുമെന്ന് ദിമിത്രോവ് ചൂണ്ടിക്കാണിച്ചിട്ടുണ്ട്.

പുത്തൻ സാമ്പത്തികനയം നടപ്പിലാക്കാൻ തുടങ്ങിയതോടെ ഇന്ത്യ അന്തർദേശീയ ഫൈനാൻസ് മൂലധനത്തിന്റെയും അതുമായി ബന്ധപ്പെട്ടു പ്രവർത്തിക്കുന്ന കുത്തകകളുടേയും താല്പര്യങ്ങൾ പ്രതിനിധീകരിക്കാൻ തുടങ്ങി. ബഹുജനങ്ങൾക്ക് നേട്ടമുണ്ടാക്കുന്ന ഭരണ ഇടപെടലുകളെ അത് ശക്തിയായി എതിർത്തു. വികസനമെന്നത് സാധാരണ ജനങ്ങൾക്ക് ഗുണമുണ്ടാക്കാൻ ഇളവുകൾ നല്കലല്ല മറിച്ച് പ്രകൃതി സമ്പത്തുകളായ ഭൂമിയും ധാതുലവണങ്ങളും സൈബർസ്പേസു മൊക്കെ കുത്തകകൾക്ക് വളരുന്നതിനായി കുറഞ്ഞവിലയ്ക്കോ സൗജന്യമായോ നല്കലായി മാറി. ധനകമ്മി എന്നത് എതിർത്തുപരാജയപ്പെടുത്തേണ്ട മുഖ്യശത്രുവാണെന്ന പ്രചാരണവുമുണ്ടായി. ധനമന്ത്രിമാർ ഇതേറ്റുപാടി. വൻതോതിലുള്ള തൊഴിലില്ലായ്മയും വിലക്കയറ്റവും മൂലം ജനം കഷ്ടപ്പെടുന്ന സ്ഥിതിയാണിതുണ്ടാക്കിയത്. ചെലവുചുരുക്കൽ നടപടികൾ വ്യാപകമായി നടപ്പാക്കപ്പെട്ടു. ഒന്നാം ലോകയുദ്ധാനന്തരം ജർമ്മനിയിലും ഇതുതന്നെയായിരുന്നു സ്ഥിതി. ഫാസിസത്തിന്റെ വളർച്ചയ്ക്കുള്ള മണ്ണൊരുക്കിയെടുത്തത് ഇതേ നയങ്ങളാണ്. പാർലമെന്റിനെയും ജനാധിപത്യമൂല്യങ്ങളെയും മറികടക്കാനുള്ള പ്രവണത ഭരണവർഗ്ഗം പ്രകടിപ്പിച്ചു തുടങ്ങിയിട്ട് വർഷങ്ങൾ നിരവധിയായി. ഇന്ത്യയുടെ സാമ്പത്തികതാല്പര്യങ്ങൾ ഹനിക്കുന്ന കരാറുകൾ പോലും പാർലമെന്റിന്റെ അനുമതിയോ അറിവോ ഇല്ലാതെയാണ് നടപ്പിലാക്കുന്നത്. കോർപ്പറേറ്റുകളുടെ നിർദ്ദേശാനുസരണമാണ് ഭരണം നടക്കുന്നത്. റിലയൻസും ടാറ്റയും ബിർളയുമാണ് ഇന്ത്യയിലെ പ്രമുഖ കുത്തകസ്ഥാപനങ്ങൾ. ആന്ധ്രാ- ഗോദാവരി വാതകപാടങ്ങൾ ചുളുവിലയ്ക്കാണ് ഭരണകൂടം റിലയൻസിന് ഏല്പിച്ചുകൊടുത്തത്. ചെറിയകാർ നിർമ്മാണത്തിന് സഹായം കൊടുത്തതിലൂടെ ടാറ്റയെ കൈയിലെടുത്ത മോദിക്ക് ആഭ്യന്തര ഉല്പാദനവളർച്ചയിൽ ഇടിവുണ്ടായതിലൂടെ റിലയൻസിനെയും മാറിച്ചിന്തിപ്പിക്കാൻ കഴിഞ്ഞിരിക്കുന്നു. കോർപ്പറേറ്റ്

മാദ്ധ്യമങ്ങൾ മോദിക്കുവേണ്ടി പ്രചാരണരംഗം കൊഴുപ്പിച്ചുകൊണ്ടിരി ക്കുന്ന കാഴ്ചയാണിന്ന് നാം കാണുന്നത്. സർദാർ പട്ടേലിന്റെ ഉരുക്കുമനു ഷ്യൻ എന്ന പ്രതിച്ഛായ നല്കിക്കൊണ്ട് കോർപ്പറേറ്റുകൾക്കനുസൃതമായ ഏത് നയവും ഉരുക്കുമുഷ്ടി ഉപയോഗിച്ച് നടപ്പിലാക്കുന്ന മോദിയെ ജനമനസ്സുകളിൽ സ്ഥാപിച്ചെടുക്കാനുള്ള ശ്രമമാണിന്ന് കുത്തകകൾ നടത്തിക്കൊണ്ടിരുന്നത്.

ഇന്ത്യയിൽ വർഗ്ഗീയത വളരുന്നതിനുള്ള ചരിത്രപശ്ചാത്തലം പരിശോധിച്ചപ്പോൾ വ്യക്തമായത് അതിന് ഇന്ത്യയുടെ നവോത്ഥാന പ്രസ്ഥാനം മുതൽ തുടങ്ങുന്ന ഒരു ചരിത്രമുണ്ടെന്നാണ്. എന്നാൽ വർഗ്ഗീയത ഒരു രാഷ്ട്രീയ ആയുധമായി ഉപയോഗിക്കുന്നത് കൊളോണി യൽ ഭരണകാലഘട്ടത്തിലാണ്. സ്വതന്ത്ര്യാനന്തരം അധികാരമേറ്റ വൻകിട ബൂർഷ്വാസിയുടെ നേതൃത്വത്തിലുള്ള ഭരണവർഗ്ഗമാകട്ടെ ഭൂപ്രഭുത്വത്തോടും അതിന്റെ പ്രത്യയശാസ്ത്ര മേല്ക്കുരയോടും സന്ധിചെയ്തുകൊണ്ട് ഭരണാധികാരം നിലനിർത്താനാണ് ശ്രമിച്ചത്. സി പി ഐ (എം) പാർട്ടി പരിപാടിയിൽ പറയുന്നതു പോലെ, ഇന്ത്യൻ സമൂഹം കുത്തക മൂലധനമേധാവിത്ത്വവും ജാതി-മത-ഗോത്ര സ്ഥാപനങ്ങളും തമ്മിലുള്ള ഒരു സവിശേഷ സംയോഗമാണ്. അതുകൊണ്ടു തന്നെ ഇന്ത്യയിൽ 'ആധുനികത' വികസിക്കുന്നുവെന്നതി നർത്ഥം പ്രാചീനമായവയുടെ തുടർന്നുള്ള അസ്തിത്വം ഒഴിവാക്കപ്പെ ടുന്നുവെന്നല്ല.

ഇന്ത്യയിൽ നിലനില്ക്കുന്ന പ്രാങ് മുതലാളിത്താവശിഷ്ടങ്ങളെ ഉപയോഗപ്പെടുത്തി സ്വന്തം ആവശ്യങ്ങളെ സംരക്ഷിക്കുവാനാണ് ഇന്ന് ഇന്ത്യയിലെ കുത്തകമുതലാളിത്തം ശ്രമിച്ചുകൊണ്ടിരിക്കുന്നത്. പുത്തൻ സാമ്പത്തികനയങ്ങൾ നടപ്പിലാക്കാൻ തുടങ്ങിയകാലത്ത് ആർജ്ജിക്കാനായ നേട്ടങ്ങൾ നിലനിർത്താൻ കോൺഗ്രസിനെക്കൊണ്ട് കഴിയില്ലെന്ന കാര്യം കുത്തകമുതലാളിത്തത്തിന് ബോദ്ധ്യപ്പെട്ടിരിക്കുന്നു. പ്രതിസന്ധിമുറി ച്ചുകടക്കാൻ കോൺഗ്രസിന്റെ കൈകളിൽ ഒറ്റമൂലികളൊന്നുമില്ല. മറുഭാഗത്താവട്ടെ വംശഹത്യ നടത്തിയിട്ടായാലും കോർപ്പറേറ്റ് താല്പര്യങ്ങൾ സംരക്ഷിക്കുവാൻ പ്രതിജ്ഞാബദ്ധനായ, ഫാസിസം സിദ്ധാന്തമായംഗീകരിക്കുന്ന നരേന്ദ്രമോദി അവരിൽ ആശാകിരണങ്ങൾ ഉണർത്തുകയും ചെയ്യുന്നു.

ഇന്ത്യയിലെ മതനിരപേക്ഷ ജനാധിപത്യ ശക്തികൾക്കും തൊഴി ലാളിവർഗ്ഗ പ്രസ്ഥാനത്തിനും ഇതൊരു ജീവൻമരണ പോരാട്ടം തന്നെ യാണ്. ഭൂരിപക്ഷ വർഗ്ഗീയതയുടെ വളർച്ച ന്യൂനപക്ഷ വർഗ്ഗീയതയുടെ ശക്തികൾക്ക് കരുത്തേകുകയും ദേശീയൈക്യത്തെ തന്നെ അപകട പ്പെടുത്തുകയും ചെയ്യും. അതിനാൽ മതനിരപേക്ഷതയുടെയും ജനാധി പത്യത്തിന്റെയും തത്ത്വങ്ങൾ അചഞ്ചലമായി മുറുകെ പിടിച്ചുകൊണ്ടു പോരാടാൻ തൊഴിലാളിവർഗ്ഗപ്രസ്ഥാനത്തിന് ബാദ്ധ്യതയുണ്ട്. ആ

തത്ത്വങ്ങളിൽ നിന്നുള്ള നേരിയ വ്യതിയാനങ്ങൾപോലും തുറന്നുകാട്ടു കയും തുറന്നെതിർക്കുകയും വേണം

ദേശീയ പ്രസ്ഥാനമെന്നവകാശപ്പെടുന്ന കോൺഗ്രസ് ബി ജെ പിയെ രാഷ്ട്രീയമായി എതിർക്കുന്നുവെന്നല്ലാതെ അവരുടെ ഭൂരിപക്ഷ വർഗ്ഗീ യതയെ എതിർക്കാനോ തുറന്നുകാണിക്കാനോ തയ്യാറാവുന്നില്ല. അവരുടെ വർഗ്ഗീയപ്രീണനമെന്നോ, മൃദു ഹിന്ദുത്വമെന്നോ പറയാവുന്ന നിലപാടാണിതിന് കാരണം. ബി ജെ പിയാകട്ടെ ഹിന്ദു വർഗ്ഗീയത മറച്ചു വെച്ചുകൊണ്ട് ക്രൈസ്തവ ന്യൂനപക്ഷവുമായി അടുക്കുന്നതിനുള്ള ശ്രമം നടത്തുന്നുണ്ട്. മുസ്ലീം മാത്രമാണ് ശത്രു എന്ന് വരുത്തിത്തീർത്ത് തങ്ങൾ ന്യൂനപക്ഷ വിരുദ്ധരല്ല എന്ന് കാണിക്കാനാണ് ഈ ശ്രമം നടത്തുന്നത്.

തീർത്തും അപകടകരമായ ഒരു അവസ്ഥയിലേക്കാണ് ഇന്ത്യൻ രാഷ്ട്രീയം നീങ്ങിക്കൊണ്ടിരിക്കുന്നത്. ഇന്ത്യയുടെ ജനാധിപത്യ-മത നിരപേക്ഷതയുടെ അടിത്തറ തകർക്കാനുള്ള ശ്രമങ്ങളാണ് നടന്നു കൊണ്ടിരിക്കുന്നത്. അതിനെതിരെ പോരാടാനാവുക തൊഴിലാളി വർഗ്ഗത്തിനും മറ്റ് അദ്ധ്വാനിക്കുന്ന ജനവിഭാഗങ്ങൾക്കും മതനിരപേക്ഷ ജനാധിപത്യ ശക്തികൾക്കും മാത്രമാണ്.

ജനാധിപത്യത്തിന്റെയും മതനിരപേക്ഷതയുടെയും അന്തഃസത്ത ഉൾക്കൊണ്ടുകൊണ്ട് ഈ ആശയങ്ങളെ ഇന്ത്യയിലെ സാധാരണ ജനങ്ങളുടെ സംസ്കാരത്തിന്റെ ഭാഗമാക്കിമാറ്റാൻ ഭരണവർഗ്ഗത്തിന് കഴിയാതെ പോയതാണ് ഈ ദുരവസ്ഥക്കുകാരണം. സി പി ഐ (എം) മുന്നോട്ട് വെയ്ക്കുന്ന ജനകീയജനാധിപത്യ വിപ്ലവത്തിന്റെ കടമ പൂർത്തീ കരിക്കുന്നതിലൂടെ മാത്രമെ വർഗ്ഗീയത അവസാനിപ്പിക്കാനാവൂ.